சிங்காரவேலரும
பகுத்தறிவும்

நெ.து. சுந்தரவடிவேலு

நியூ செஞ்சுரி புக் ஹவுஸ் (பி) லிட்.,
41-பி, சிட்கோ இண்டஸ்டிரியல் எஸ்டேட்,
அம்பத்தூர், சென்னை- 600 050.
☎: 044 - 26251968, 26258410, 48601884

Language: Tamil

Singaravelarum Pagutharivum

Author: **N.D. Sundaravadivelu**

First Edition: October, 2006

Second Edition: December, 2022

Copyright: Author

No. of pages: viii + 64 = 72

Publisher:

New Century Book House Pvt. Ltd.,

41-B, SIDCO Industrial Estate,

Ambattur, Chennai - 600 050.

Tamilnadu State, India.

email: info@ncbh.in

Online: www.ncbhpublisher.in

ISBN: 978 - 81 - 2341 - 063- 0

Code No. A 1490

₹ 100/-

Branches

Ambattur (H.O.) 044 - 26359906 **Spenzer Plaza (Chennai)** 044-28490027 **Trichy** 0431-2700885 **Pudukkottai** 04322- 227773 **Thanjavur** 04362-231371 **Tirunelveli** 0462-4210990, 2323990 **Madurai** 0452 2344106, 4374106 **Dindigul** 0451-2432172 **Coimbatore** 0422-2380554 **Erode** 0424-2256667 **Salem** 0427-2450817 **Hosur** 04344-245726 **Krishnagiri** 04343-234387 **Ooty** 0423 2441743 **Vellore** 0416-2234495 **Villupuram** 04146-227800 **Pondicherry** 0413-2280101 **Nagercoil** 04652-234990

சிங்காரவேலரும் பகுத்தறிவும்

ஆசிரியர்: **நெ.து. சுந்தரவடிவேலு**

முதல் பதிப்பு: அக்டோபர், 2006

இரண்டாம் பதிப்பு: டிசம்பர், 2022

அச்சிட்டோர்: **பாவை பிரிண்டர்ஸ் (பி) லிட்.,**

16 (142), ஜானி ஜான் கான் சாலை, இராயப்பேட்டை, சென்னை - 14

☎: 044-28482441

All rights reserved. No part of this book may be reprinted or reproduced or utilised in any form or by any electronic, mechanical, or other means, now known or hereafter invented, including photocopying and recording, or in any information storage or retrieval system, without permission in writing from the publishers.

பதிப்புரை

சிங்காரவேலரும் பகுத்தறிவும் எனும் தலைப்பு உள்ள நூல் 27 ஆண்டுகளுக்கு முன் ரசனா புக் ஹவுஸ் பதிப்பாக வெளிவந்தது. என்.சி.பி.எச். இரண்டாம் பதிப்பை வெளியிடுவதில் மகிழ்ச்சி அடைகிறது.

1860ஆம் ஆண்டு பிறந்த சிங்காரவேலர் தமது எண்பத்தி ஆறாம் வயதில் 1946இல் மறைந்தார். அவர் வாழ்ந்த எண்பத்தி ஆறு ஆண்டுகளில் அறுபத்தைந்தாண்டுகளுக்கு மேல் மக்கள் சேவையில் ஈடுபாடு கொண்டிருந்தார். தமிழகத்தில் அவருடைய காலத்தில் மூன்று முக்கிய இயக்கங்கள் வளர்ந்து மேலோங்கி இருந்தது. ஒன்று காங்கிரஸ் இரண்டு சுயமரியாதை மூன்று பொதுவுடைமை. இம்மூன்று இயக்கங்களிலும் அதன் தலைவர்களை வளர்த்தும், வளர்வதற்கு பெரும் துணை செய்தவர் சிங்காரவேலர். பிரிட்டிஷ் ஆட்சிக் காலத்தில் புதியதாகத் தோன்றிய சக்தியான தொழிலாளர் வர்க்கத்துக்குச் சங்கம் அமைப்பதற்கும் வர்க்கப் போராட்டம் நடத்துவதற்கும் வழிகாட்டியாகவும், தலைவராகவும் இருந்தார். ஆனால் அதேபோது தமிழ்ச் சமுதாயத்தில் புற்றுநோய் போல் புரையோடிப் போயிருந்த சாதி பேதங்களையும், மூடப்பழக்க வழக்கங்களையும், இறை நம்பிக்கை உட்பட எதிர்த்து பிரச்சாரம் செய்ததோடு பல கட்டுரைகளையும் நூல்களையும் வரைந்துள்ளார். இவர் செல்வாக்கு தமிழக முற்போக்கு இயக்கத்தில் அதிகமாகவே இருந்தது எனலாம். பகுத்தறிவு பரப்பும் தொழிற்சங்க இயக்கத்தை வளர்க்க இவர் ஆற்றிய

பணியை இச்சிறுநூல் தொகுத்துக் கூறுகிறது. திரு. **நெ.து. சுந்தரவடிவேலு** அவர்கள் தமிழகக் கல்வித் துறையில் இயக்குநராகப் பணிபுரிந்தவர். சுயமரியாதை இயக்கத்தில் வளர்ந்தவர். பெரியார் பள்ளியில் பயின்றவர். இதற்கும் மேலாக இந்திய சோவியத் நட்புறவுக் கழகத்தின் தலைவராகவும் இலங்கியவர். பொதுவுடைமையிலும் மனித நேயத்திலும் ஆழ்ந்த ஈடுபாடு கொண்டவர்.

இந்திய கம்யூனிஸ்ட் கட்சியின் தொடக்க காலத்திலிருந்து அதன் தலைவர்களில் ஒருவராக விளங்கியவரும் சிங்காரவேலுவின் தலை மாணாக்கருமான நாகை கே. முருகேசன் வரைந்த கட்டுரையும் இடம் பெற்றுள்ளது.

இந்த நூலைக் கடமை உணர்ச்சி உந்த வெளியிடுவதில் என்.சி.பி.எச். பெருமகிழ்ச்சி அடைகிறது. தமிழ்ச் சான்றோர்களில் மிக உயர்ந்தவரான சிங்காரவேலர் பற்றி தமிழகம் பெருமைப்படும் என்னும் உறுதியான நம்பிக்கையில் இந்நூலை என்.சி.பி.எச். வெளியிடுகிறது. இந்நூலைக் கொண்டுவந்து கொடுத்து வெளியிடத் தூண்டிய முதுபெரும் கம்யூனிஸ்டு தோழர் ஆர். நல்லகண்ணு அவர்களுக்கு நன்றி.

-ஆர். பார்த்தசாரதி

முன்னுரை

உலகில் மக்கள் பஞ்சம் இல்லை. பலகோடி மக்களைக் கொண்டது நம் உலகம். கோடிக்கணக்கான மாந்தரில் ஒரு சிலரே வழிகாட்டிகளாக வாழ்கிறார்கள். அச்சிலர், தன் பெண்டு, தன் பிள்ளை ஆகியோரைப்பற்றி சிந்திப்பதோடு, ஊர், உலகம், ஆகியவற்றின் நலம் பற்றியும் சிந்திக்கிறார்கள். பொதுநலம் பற்றி தெளிவுபெறுகிறார்கள்; பெற்ற கருத்துகளைப் பிறருக்கு எடுத்துரைக்கிறார்கள். மனமாற்றத்திற்குப் பாடுபடுகிறார்கள். அத்தகையோர் பயனுற வாழ்கிறார்கள்; வழிகாட்டுகிறார்கள்.

பிறர்க்கென வாழ்ந்தவர்களில் ஒருவர் ம.வெ. சிங்காரவேலர். அவர் சென்னையில் 1860இல் பிறந்தார். அதாவது, ஆங்கில ஆட்சி, இந்தியாவில் நிலைபெற்ற மூன்றாம் ஆண்டில் பிறந்தார்.

இப்போதும் தற்குறிகளாக இருப்பதைப்பற்றி, நம் மக்கள் வெட்கப்படுவதும் இல்லை, கவலைப்படுவதும் இல்லை. நூற்று முப்பது ஆண்டுகளுக்கு முன்பு கல்வி பற்றிய சிந்தனையே அரிது. அந்நிலையில் சிங்காரவேலர் பள்ளிக்குச் சென்றார். கருத்தூன்றிக் கற்றார். வெற்றி மேல் வெற்றி கண்டார்; பட்டம் பெற்றார்; வழக்குரைஞர் ஆனார்.

தொழிலாளர்பால் சிங்காரவேலர் பரிவு கொண்டார். தொழிற்சங்கங்களைத் தொடங்க திரு.வி.க. போன்றோர்க்கு துணை நின்றார். தொழிற்சங்க ஈடுபாடு பெருகிற்று. சிங்காரவேலர், இந்திய தொழிற்சங்க இயக்கத்தின் முன்னோடிகளில் ஒருவராக விளங்கினார். உலக தொழிற்சங்க இயக்கத்தின்பால் கருத்தைச் செலுத்தினார். சென்னையிலும், கரக்பூரிலும் தொழிலாளர் போராட்டங்களில் முன்னணியில் நின்று பாடுபட்டார்.

அவர், இந்திய தேசிய காங்கிரசின் முன்னோடிகளில் ஒருவர். தமிழ்நாடு காங்கிரசுக் குழுவில் இருந்து சுறுசுறுப்பாகப் பணியாற்றினார். அனைத்திந்திய காங்கிரசு மாநாடுகளில் பங்குகொண்டார்.

தேசிய காங்கிரசு, தனது வேலைத்திட்டங்களில் ஒன்றாக, சமதர்மத்தை சேர்த்துக்கொண்டு அதற்கென உழைக்க

வேண்டுமென்று 1921லேயே உலகறிய காந்தியாருக்குப் பரிந்துரைத்தவர், சிங்காரவேலர் ஆவர்.

இந்திய கம்யூனிஸ்ட் இயக்கத்தைத் தொடங்கி, வளர்த்த முன்னோடிகளில் ஒருவரான சிங்காரவேலர், நம் வாழ்க்கையைப் பற்றி முழுமையான கண்ணோட்டம் பெற்றிருந்தார். அரசியல் களத்தில் தன்னாட்சி முறையில் நம்பிக்கை கொண்டிருந்தார். சமுதாயத்தில் சாதிகளற்ற நிலை உருவாக, விழைந்தார். சாதி ஒழிந்தால்தான் சமூக நீதி கிடைக்கும் என்பது அவரது நம்பிக்கை. ஆட்சி உரிமை, சமூக நீதி, ஆகிய இரண்டும் பொருளியல் நீதிக்கு வாய்க்கால்கள் ஆகும்.

சுதந்திரம், சமதர்மம், சமத்துவம் ஆகிய இம்மூன்றும் ஒன்றிணைந்தவையாகும். இவற்றில் எந்த ஒன்றையும் இழந்து, நல்வாழ்வு வாழஇயலாது. இம்மூன்றையும் இயக்குவது பகுத்தறிவே. சிங்காரவேலர் சிறந்த பகுத்தறிவு வாதியாக வாழ்ந்தார். நம்மிடையே மண்டிக்கிடந்த மூடநம்பிக்கைகளை முட்டாள்தனமான பழக்க வழக்கங்களைக் கண்டித்தார்.

சிங்காரவேலரின் அரசியல், சமதர்ம இயல் தொண்டினைப் பற்றி அறிந்த அளவு, அவரது பகுத்தறிவு சிந்தனைகளையும், கொள்கைகளையும் கற்றுத் தெரிந்துகொள்ளவில்லை.

மொழித் தீண்டாமை, தமிழர்களின் கால்களைப் பின்னிக் கிடக்கும் நச்சுக்கொடியாகும். சிங்காரவேலர், தமிழ், ஆங்கிலம், உருது, இந்தி, ஜெர்மன், பிரெஞ்சு மொழிகளை அறிந்தவர். இம்மொழிகளில் வரும் நூல்களை வாங்கிப்படித்து, அறிவு வெள்ளத்தின் முன்னே பாய்ந்தார். சிங்காரவேலர், தனது சொந்த நூலகத்தில் இருபதாயிரம் நூல்களை வைத்திருந்தார். அவை காட்சிக்காகச் சேர்த்து வைக்கப்பட்டவையல்ல; படிக்கப் பயன்பட்டன.

சிங்காரவேலர், கற்றார்; காலமெல்லாம் கற்றார்; உழைத்தார்; ஓய்வின்றி உழைத்தார்; 'பொதுநலன் பொதுநலன்' என்று அவரது மூச்செல்லாம் முழங்கிற்று.

சிங்காரவேலர், வானநூல் முதல், நிலநூல் வரையில், தத்துவநூல் முதல் தாவர நூல் வரையில், பொதுஉடைமை நூல் முதல், உடற்கூறு நூல் வரையில், படித்து அறிந்திருந்த துறைகள்

ஒன்றல்ல; இரண்டல்ல; பலப்பல உண்டு. இது உண்மை, வெறும் புகழ்ச்சியல்ல என்று அவரோடு நெருங்கிப் பழகிய குத்தூசி குருசாமி கூறுகிறார்.

"பல துறை அறிவு பெற்று, பன்முகத் தொண்டாற்றிய சிங்காரவேலர் சிறந்த பகுத்தறிவு வாதியாக வாழ்ந்ததை மக்கள் தெரிந்துகொள்ளவேண்டும். மந்திரத்தால் மாங்காய் விழாது. பேய், பிசாசு புரட்டு என்பதை அவர் அறிவியல் அடிப்படையில் விளக்குகிறார். அவற்றை பொதுமக்களுக்கு அறிமுகம் செய்யுங்கள்" என்று என் அன்பிற்கும் மதிப்பிற்குமுரிய தோழர் கே. பஞ்சாட்சரம் கேட்டுக்கொண்டார்.

தோழர் பஞ்சாட்சரம், 'அறிவு வழி' என்னும் பெயரில் திங்கள் தோறும் வெளியாகும் இதழின் ஆசிரியர் ஆவார். 'அறிவு வழி' பகுத்தறிவு சமதர்ம இயக்கத்தின் கொள்கை விளக்க ஏடாகும். வசதி குறைந்தவர்களை நம்பி, சிறுசிறு நன்கொடைகளைக்கொண்டு, நூற்று அறுபது திங்கள்களாக, இடையறாது முதல் தேதியே, வெளியிடும் பஞ்சாட்சரம் அவர்களின் திறனும், உறுதிப்பாடும் போற்றத்தக்கவையாகும்.

அவ்வியல்புகளால் தூண்டப்பட்ட நான், சிங்காரவேலரும் பகுத்தறிவும் என்ற தலைப்பில் 'அறிவு வழி'யில் சில கட்டுரைகளை அறிமுகப்படுத்தினேன்.

அக்கட்டுரைகளிடம் ஆர்வம் கொண்ட, திரு. என்.எம். பாண்டுரங்கன், அவற்றைத் திரட்டி, 'சிங்காரவேலரும் பகுத்தறிவும்' என்னும் தலைப்பில் இச்சிறு நூலை வெளியிட முன்வந்தார்.

இதை நூலாகக் கொள்வதைவிட, உதிரிப் பூக்களாகக் கொள்வதே பொருத்தமாகும். இதில் பதினான்கு கட்டுரை மலர்கள் உள்ளன. அவற்றுள், 'இந்திய கம்யூனிசத்தின் தந்தை' என்னும் கட்டுரை மூத்த தொழிற்சங்கச் செயல் வீரர்களில் ஒருவரான, தோழர் நாகை கே. முருகேசன் அவர்களால் எழுதப்பட்டது. மற்ற பதின்மூன்றும் என்னால் எழுதப்பட்டவை.

இவை அறிமுகக் கட்டுரைகள் என்பதை நினைவில் கொண்டு, மேலும் தொடர்ந்து, கற்றுத் தெளிய முயல்தல் நல்லது.

நன்றி!

நெ.து. சுந்தரவடிவேலு

பொருளடக்கம்

பக்கம்

1. சிங்காரவேலர் ஒரு முன்னோடி ... 1
2. தொழிற்சங்க நிறுவனர் ... 7
3. அறிவுக் களஞ்சியம் ... 11
4. மந்திரத்தால் நோய் தீருமா? ... 15
5. சோதிடம் - பொய்! ... 18
6. மூடநம்பிக்கைகள் ... 22
7. காட்டுமிராண்டி பழக்கங்கள்! ... 26
8. மனிதகுலத்தின் விரோதிகள்! ... 29
9. ஜாதிகள் ஒழியவேண்டும்! ... 32
10. கலப்பு மணம் ... 35
11. சிங்காரவேலர் பற்றி பெரியார் ... 38
12. இந்திய கம்யூனிசத்தின் தந்தை! ... 41
13. சிங்காரவேலர் காட்டும் வழி ... 52
14. செஞ்சுடர் சிங்காரவேலர் ... 59

1
சிங்காரவேலர் ஒரு முன்னோடி

ஐம்பத்தேழு ஆண்டுகளுக்கு முந்தைய சென்னை நகரம். இன்று காமராசர் சாலை என்று அழைக்கப்படும் சாலை அன்று கடற்கரைச் சாலை என்று அழைக்கப்பட்டது. அச்சாலையில், இரும்பு வாராவதி முதல், சாந்தோம் முனைவரை-கிழக்கு பகுதியில், 'மீன் காலேஜ்' என்ற சிறு மீன்காட்சிச் சாலைக் கட்டடம் மட்டுமே இருந்தது. மேற்பகுதியில், சென்னைப் பல்கலைக்கழக கட்டடம், பொதுப்பணித்துறை கட்டடம், மாநிலக் கல்லூரி சாரணர் தலைமை விடுதி, மேரி இராணிக்கட்டடம், காவல்துறைத் தலைமை நிலையம் ஆகிய அரசுக்குச் சொந்தமான கட்டடங்களே இருந்தன.

தனியார் வீடுகள் இல்லையா? பல மீனவர் குடிசைகள் இருந்தன. அவற்றின் நடுவே கெட்டியான கல்வீடு ஒன்று உயர்ந்து நின்றது. அந்த இடத்தில்தான் இப்போது வெல்லிங்டன் சீமாட்டி மகளிர் பயிற்சிக் கல்லூரி இருக்கிறது.

அது எவர் வீடு? திரு. ம.வெ. சிங்காரவேலரின் வீடு, அப்படித்தான், தமிழ்நாட்டு பொது வாழ்க்கையினருக்குத் தெரியும். அவர் மட்டுமா அதில் வாழ்ந்தார்? இல்லை. அவர் அண்ணன் தனது குடும்பத்தோடு வாழ்ந்துவந்தார். அந்த அண்ணனாரின் பேத்திகள் இருவர் பட்டதாரிகள். ஜெயாபாய் என்ற மூத்தவர் எம்.ஏ. பட்டம் பெற்றவர். இவர் பல்லாண்டு கல்லூரி ஆசிரியராகப் பணிபுரிந்துவிட்டு ஓய்வுபெற்று, மயிலாப்பூரில் வாழ்கிறார். மற்றொருவர் பி.ஏ. பட்டதாரி.

அவர்கள் அருமை பெருமையினை உணரும் வயதா பதினாறு வயது? கல்லூரி மாணவ பருவத்தில் அடியெடுத்து வைத்த நானும் எனது சகமாணவர்கள் சிலரும் நாள்தோறும் மாலையில் இரும்பு வாராவதியிலிருந்து சாந்தோம் முனைவரை நடந்துவிட்டு, விக்டோரியா மாணவர் விடுதிக்குத் திரும்புவோம். அப்போது

சிங்காரவேலரையும் அவரது அண்ணனாரையும் அறிமுகமில்லாமல் பார்த்ததுண்டு. அவர்களைப் பற்றி விவரமாகத் தெரிந்துகொள்ளாமல் போய்விட்டேனே என்று இப்போது வெட்கப்படுகிறேன். ஏன்? சிங்காரவேலர் பலவகையில் நமக்கு முன்னோடி.

இந்திய நாட்டின்-இந்து மதத்தின் பெருங்கொடுமைகளில் ஒன்று சாதிமுறை. எத்தனை விளக்கஞ் சொன்னபோதிலும் இம்முறை, பொது மக்களையெல்லாம் தற்குறிகளாக்கி, வெறும் உடல் உழைப்பிற்குமேல் நினைக்கமுடியாத விலங்குகளாக்கி, ஒரு சிலர் மிகப்பலரை இழிவுபடுத்துவதை பொறுத்துக்கொள்ளும் நிலைக்கு ஆளாக்கிவிட்டது.

பொதுமக்களுக்கு படிப்பு தேவையில்லை என்பது சாதி முறையின் அழுகலாம். அறிவுப் புறக்கணிப்பு எத்தனையோ நூற்றாண்டுகளாக இந்துக்களின் மூச்சாக இருந்துவந்தது.

தற்குறித் தன்மையே வாழ்க்கை முறையாகக் கொண்டிருந்த இந்திய சமுதாயத்தை ஆங்கிலேயர்கள் வென்று ஆளமுடிந்தது.

படை பலத்தால் மட்டுமின்றி பொறுப்பில் உள்ளவர்களை விலைக்கு வாங்கும் சூழ்ச்சியாலும், பிரித்தாளும் தந்திரத்தாலும் ஆகும். பத்தொன்பதாம் நூற்றாண்டின் நடுவிற்குள் ஆங்கில ஆட்சி இந்தியநாடு தழுவி வேரூன்றிவிட்டது.

நாட்டின் பெரும் நிலப்பரப்பு, எங்கிருந்தோ வந்து, சோப்பும் சீப்பும் விற்கத் துண்டு நிலம் கேட்டு மண்டியிட்டவர்களின் இனத்தின் ஆளுகைக்குள் வந்துவிட்டது.

ஆங்கிலேயரின் நிர்வாகத்திற்கு வசதியாக இருக்கும் என்பதற்காக, புதிய ஆங்கில ஆட்சி பொதுக்கல்வித்துறையைத் தொடங்கிற்று. எழுத்தர்களையும், அலுவலர்களையும் உற்பத்தி செய்யும் கல்விமுறையைக் கொண்டுவந்தது. இது நடந்தது 1854ஆம் ஆண்டில்.

அதற்கு ஆறு ஆண்டுகளுக்குப் பிறகு அதாவது 1860இல் மயிலாப்பூர் வெங்கடாசலம் என்பவருக்கு ஓர் ஆண் மகவு பிறந்தது. அதற்கு சிங்காரவேலர் என்று பெயர் சூட்டினார்கள்.

சிங்காரவேலர் கடைக்குட்டி. அவருக்கு முன்பு சுப்பராயன், முனுசாமி என்ற இரு அண்ணன்களும் சுந்தரம்மாள், அம்மாயி அம்மாள் என்னும் இரு தமக்கைகளும் பிறந்தார்கள். இவரனைவரையும் பெற்ற தாயின் பெயர் தெரியவில்லை.

சிங்காரவேலர் தொடக்கப்பள்ளியில் சேர்ந்தார்; கவனமாகப் படித்தார். ஐந்தாம் வகுப்பில் தேர்ச்சிபெற்றதும் திருவல்லிக்கேணி இந்து உயர்நிலைப்பள்ளியில் சேர்ந்தார். பள்ளியிறுதிவரைப் படித்தார். வெற்றிபெற்றார். அப்புறம் உயர்நீதிமன்றத்திற்கு எதிரிலிருந்த கிறித்துவக் கல்லூரியில் சேர்ந்து கற்றார். எப்.ஏ. தேர்வில் வெற்றிபெற்றார். பின்னர் சென்னை மாநிலக்கல்லூரியில் சேர்ந்து பி.ஏ. பட்டம் பெற்றார்.

எல்லாருக்கும் கல்வி வரும் என்பதை சென்ற நூற்றாண்டிலேயே மெய்ப்பித்தார். நவீன கல்வியை நாடுங்கள் என்று நமக்கெல்லாம் வழிகாட்டிய முன்னோடிகளில் சிங்காரவேலர் ஒருவர். இது பெருமைபடத்தக்க செய்தியல்லவா?

நாம் எல்லாவற்றையும் காசு பணம் ஆக்கப் பார்க்கிறவர்கள். 'ஆன்மிகம்' என்கிற போர்வையில் சொத்து மேல் சொத்து சேர்ப்பதில் முனைப்பு காட்டுகிறவர்கள். எனவே, வசதிபடைத்த பட்டதாரிகள்கூட அறிவின் விரிவில் ஈடுபடுவதற்குப் பதில் அரசு ஊழியம் - அதில் மேன்மேலும் உயர்வு பெறுதல் என்பதிலேயே சிந்தனை செலுத்திய காலம் அது. அதற்கு விதிவிலக்கான சிலரில் சிங்காரவேலர் சிறந்தவர் எனலாம்.

சட்டமும் பயின்று, வழக்குரைஞர் தேர்வில் வெற்றிபெற்ற சிங்காரவேலர் மற்றவர்களைப்போல் ஆசைப்பட்டிருந்தால், சார்பு நீதிபதி இல்லாவிட்டாலும் மாவட்ட முன்சீப் வேலையாவது எளிதாகப் பெற்றிருக்கலாம். உயர்நீதிபதி வரை உயர்ந்திருக்கலாம்.

'என் கடன் பணி செய்து கிடப்பதே' என்ற உயர்ந்த இலட்சியத்தைக் கொண்ட சிங்காரவேலர், அரசு பதவிகளை ஏறிட்டும் பார்க்கவில்லை; பொதுத்தொண்டிற்கே தனது அறிவைப் பயன்படுத்தினார்.

சொந்த நாட்டை அன்னியர் ஆளுவதைக் கண்டு பொங்குவது இயற்கை. இந்த இயற்கை உணர்வால் உந்தப்பட்ட சிங்காரவேலர் இந்திய தேசிய காங்கிரசில் சேர்ந்தார்; விடுதலை உணர்வை ஒல்லும் வகையெல்லாம் வளர்த்தார். வ.உ. சிதம்பரம் போன்ற தீவிரத் தியாகிகளின் அணியை சேர்ந்தவராயினும் சிங்காரவேலர் காந்தியின் கட்டளைக்கேற்ப ஆங்கில ஆட்சியால் நடத்தப்படும் வழக்குமன்றங்களைப் புறக்கணிக்க முடிவு எடுத்தார். வழக்குரைஞர் உடையைத் தீயிலிட்டு பொசுக்கினார்.

சில ஆண்டுகாலம் சென்னை மாநகரில் காங்கிரசு தொண்டர் அணியை அமைத்து அடிக்கடி ஊர்வலம் நடத்தி பொதுமக்கள் கவனத்தை அரசியல் உரிமையின்பால் ஈர்த்த பெருமை சிங்காரவேலருக்கு உரியதாம்.

சிந்திக்கத் தெரியாத-அல்லது துணியாத-நல்லவர். பசித்தோரை பார்க்கையில் எதையோ கொடுத்து அனுப்பிவிடுவார்; வறுமைநோயின் மூலத்தைத் தேடமாட்டார்; தேடிக் கண்டுபிடித்தாலும் அதை நாலுபேருக்கு எடுத்துரைக்கமாட்டார். சிங்காரவேலர் துணிந்து சிந்தித்தார். அக்கம் பக்கத்திலிருப்போர், குடிசையில் குடியிருந்து வயிறார உண்ணமுடியாது அவதிப்படுவது ஏன்? என்று சிந்திக்கத் தொடங்கினார்.

ஆங்கிலேய ஆட்சியின் சுரண்டலின் விளைவு-இந்தியர்களை வாட்டும் வறுமை என்பது முதலில் புலப்பட்டது. அதுவே முழுவிளக்கமல்ல என்றாலும் அதில் உண்மை இல்லை என்று ஒதுக்கிவிடமுடியாது.

ஆங்கிலேயர், ஆட்சியைக் கைப்பற்றிய காலத்தில், இந்திய கைத்தறித் தொழில் வளம்பெற்று இருந்தது. சாயப்பொருளுக்காக நாடு முழுவதிலும் அவிரிச் செடி பயிரிடப்பட்டுவந்தது. இரண்டையும் நசுக்கி ஒடுக்கி மக்களைப் பஞ்சைகளாக்கிய ஆங்கில ஆட்சி, மேனாடுகளில் தோன்றிய இயந்திர நெசவுத் தொழிலின் வளர்ச்சிக்காக இந்திய கைநெசவுத்தொழிலை பலவகைகளில் நசுக்கியது.

இந்தியாவில் ஒரு ரூபாய்க்கு பஞ்சு வாங்கி, பிரிட்டனுக்குக் கொண்டுபோய் நூற்று நெய்து ஆலைத் துணியாக இந்தியாவில் இறக்கி 13 ரூபாய்க்கு விற்று இலாபமடித்துக் கொழுத்தார்கள். முந்தைய தலைமுறை வரை கைநெசவால் வாழ்ந்தவர்கள் மாறிய நிலையில், 'பாவடி ஆறுமாதம், காவடி ஆறுமாதம்' என்று வறுமை நிலைக்குத் தள்ளப்பட்டதைக் கண்ட எவருக்கும் ஆங்கில ஆட்சியின் சுரண்டல் புலனாகும்.

தன்னாட்சி நாடுகளிலும் வேலையில்லாத் திண்டாட்டமும், வறுமையும் வாட்டமும் பரவலாக இருப்பது சிலரது சிந்தனையை ஆழப்படுத்தியது. எவ்வித வரம்பும் இல்லாமல் சொத்து தனிஉடைமையாகிவிடுவதால், செல்வம் படைத்த சிலர் ஆதரவற்ற பலரைச் சுரண்டமுடிகிறது என்பதை உணர்ந்தார்கள்.

அன்னிய ஏகாதிபத்தியம் சுரண்டுவதால் கோடிக்கணக்கானவர்கள் ஓடப்பர் ஆவதைப்போலவே, தனியுடைமை முதலாளித்துவ முறையும் மேலும் பலகோடி மக்கள் ஓடப்பராக்கும் கருவியாகப் பயன்படுகிறது என்பது வெளிச்சமாயிற்று.

அந்நிலை, முதலாளிவர்க்கம் என்று சிலரையும் பாட்டாளி வர்க்கமென்று பலகோடி மக்களையும் வேறுபடுத்திவிடுகிறது. இவ்விரு வேறு வர்க்கங்களின் நலன்களும் வெவ்வேறானவை. ஒன்றுக்கு ஒன்று முரணானவை. இது வர்க்கப்போராட்டத்தில் கொண்டுவிடும். அது புரட்சியாக உருவெடுத்து சுரண்டலற்ற பொதுஉடைமைச் சமுதாயத்தைக் கொண்டுவரும் இக்கோட்பாட்டிற்குப் பெயர் மார்க்சியம் என்பதாம்.

கருத்து மண்டலத்தில் எழுபது ஆண்டுகள் செழித்துப் பரவி வந்த சமதர்ம கோட்பாடு அறிஞர்களின் கவனத்தைக் கவர்ந்தது. அது 1917 அக்டோபரில் நடந்த ரஷ்யப் புரட்சியால் நடைமுறைக்கு வந்தது.

மாவறிஞர் லெனின் தலைமையில் வென்ற அப்புரட்சி நாடுதழுவிய எதிர்புரட்சியையும், வெளிநாட்டுத் தாக்குதல்களையும் வென்று, புதிய சோவியத் சமதர்ம ஆட்சிமுறையை நிலைபெறச்

செய்துவிட்டது சமதர்ம ஆட்சிமுறை என்பது வெறுங்கனவல்ல; சாதாரண மக்களின் சமாளிப்பிற்குட்பட்ட நல்ல ஆட்சிமுறை என்பது புலனாயிற்று.

இதை உணர்ந்து போற்றி வரவேற்ற இந்தியர்களில் முன்னோடி சிங்காரவேலர் ஆவார். சோவியத் ஆட்சியை அவர் போற்றி வரவேற்றதோடு நிற்கவில்லை. பொதுஉடைமைக் கொள்கையை முழுமையாக ஏற்றுக்கொண்டதோடு அதை தேசிய காங்கிரசு தனது திட்டமாக ஏற்றுக்கொள்ளவேண்டுமென்று காந்தியாருக்கே எழுத்துவழி பரிந்துரைத்தவர் சிங்காரவேலர்.

இவரை தென்னாட்டின் முதல் பொதுஉடைமைவாதி எனலாம்.

2

தொழிற்சங்க நிறுவனர்

சிங்காரவேலரின் அண்ணன்களில் ஒருவரான சுப்பராயனுக்கு இரண்டு பெண்கள். மூத்த மகள் ஜெயாபாய் எம்.ஏ. பட்டம் பெற்றவர்; இளைய மகள் சீதா பி.எஸ்.சி பட்டதாரி. சீதா, பிலிப்ஸ் ஸ்பராட் என்னும் பிரிட்டானிய கம்யூனிஸ்ட்காரரைத் திருமணஞ் செய்துகொண்டு தமிழ் சமுதாயத்திற்கு வழிகாட்டினார். தோழர் ஸ்பராட் கான்பூர் சதிவழக்கில் குற்றஞ்சாட்டப்பட்டு சிறைதண்டனை பெற்றவர் என்பது குறிப்பிடத்தக்கதாம்.

சாதிவிட்டு வேறு சாதியில் கலப்பு மணஞ்செய்து கொள்ளவே அஞ்சுபவர்கள் நிறைந்துள்ள நம் சமுதாயத்தில் வேறு நாட்டவரை-வேற்று மொழியினரை திருமணஞ் செய்துகொண்டு சமுதாயப் புரட்சி செய்த அம்மையார் போற்றுதற்குரியவராம்.

சிங்காரவேலர் குடும்பத்தில், பின்னர் நிகழ்ந்த திருமணங்களில் நூற்றுக்கு தொண்ணூற்று ஐந்து கலப்பு திருமணங்கள் என்று அக்குடும்பத்தில் ஒருவர் பூரிப்போடு-அதேநேரத்தில் அடக்கத்தோடு உரைத்தார். தமிழர்களே! நமக்கு நல்ல வழிகாட்டிகள் எப்போதும் உண்டு. பின்பற்றுவதற்கு வேண்டிய துணிவை எங்கிருந்து பெறுவது? எப்போது பெறுவது?

வாழ்க்கையின் வினோதங்களில் ஒன்று, செல்வந்தர்கள் கூட பொதுஉடைமையை ஏற்றுக்கொள்ளும்போது, நடுத்தர வகுப்பினரும் அதை ஏற்றுக்கொள்ள அஞ்சுவதாகும்.

சிங்காரவேலரின் முன்னோர்கள் பர்மா முதலிய நாடுகளோடு கப்பல் வாணிகஞ்செய்து பெரும்பொருள் சேர்த்தவர்கள். சிங்காரவேலரின் பாட்டனார், 'சென்னை தென்மராட்டிய இரயில்வே கம்பெனி'யின் பங்குகளை வாங்கிவைத்திருந்த செல்வர். சிங்காரவேலருக்கும் பணமுடை ஏதும் ஏற்பட்டதாகத் தெரியவில்லை.

அப்படியிருப்பினும் தன்னைக் காத்துக்கொள்வதிலோ தன்னை வளர்த்துக்கொள்வதிலோ நாட்டம் செலுத்தாத சிங்காரவேலர், மனிதகுலம் முழுவதன் நலத்தையும் முன்னிருத்தி, பொது உடைமையின் சிறப்பை உணர்ந்து, அம்முறையை பரப்புவதில் ஈடுபட்டார்; இன்னல் பல ஏற்றார்.

தந்தை பெரியார் சமதர்மத்தை மக்களிடையே பரப்பி சிறைதண்டனைப் பெற்றதோ, பகுத்தறிவினை வளர்க்க முயன்று, மனிதப் பிஞ்சுகளின் தூற்றலுக்கு ஆளானதோ தன்னலம் பற்றியதல்ல பொதுநலன் பற்றியே. தங்களுடைய வசதிகளை குறைத்தாலும் பரவாயில்லை; பொதுநலன் உறுதியானால்போதும் என்று முயன்ற பெரியோர்கள் இருவரும் பின்பற்றுவதற்குரியவர் ஆவார்கள்.

கல்வி-உயர்நிலை கற்பதற்கு வழிகாட்டிய சிங்காரவேலர்-அரசியல் அடிமை விலங்கொடிக்க முன்வந்த சிங்காரவேலர் பெறப்போகும் தன்னாட்சி நாட்டுமக்கள் அனைவருக்கும் பயன்பட வேண்டுமென்ற தெளிவுபெற்றிருந்தார்.

அத்தனைபேருக்கும் பயன்பட வேண்டுமென்றால் அது சமத்துவ சமதர்ம ஆட்சியாக இருந்தால்தான் முடியும்.

இதை காந்தியாருக்கு எடுத்துக்காட்டிய முன்னோடிகளில் சிங்காரவேலர் ஒருவராவார். அவர் அதோடு நிற்கவில்லை. 1921இல் நாகபுரியில் நடந்த இந்திய காங்கிரசு மாநாட்டிற்கு பிரிட்டனின் தொழிற்கட்சி தூதுக்குழு ஒன்று வந்து கலந்துகொண்டது.

'இந்திய குடியானவர்களும் பாட்டாளிகளும் பாடுபடுவது கூலி உயர்வுக்கும் நிர்வாகத்தின் பங்குக்காகவும் அல்ல. உற்பத்திச் சாதனங்கள் அனைத்தையும் பொதுஉடைமை ஆக்குவதே நோக்கம்'-என்று அத்தூதுக்குழுவிற்கு இந்திய தொழிலாளர்களின் சிந்தனையை தந்திவழி தெரிவித்தார். நம் பாட்டாளிகள் இன்றும் அப்படியே இருக்கிறார்களா? கேள்விக்குறி.

சிங்காரவேலர் இந்திய தொழிற்சங்க நிறுவனர்களில் ஒருவர். தொழிலாளர் போராட்டங்களில் பங்குகொண்ட அறிஞர்.

1918இல் சென்னை தொழிற்சங்கம் தோற்றுவிக்கப்பட்டது. ஆறு தினங்களுக்குள் எம்.எஸ்.எம். இரயில்வே தொழிலாளர் சங்கம், டிராம்வே தொழிலாளர் சங்கம், மண்ணெண்ணெய் தொழிலாளர் சங்கம், மின்சப்ளை தொழிலாளர் சங்கம் என பல பாட்டாளிகளின் கழகங்கள் தோன்றின. அவற்றில் பலவற்றிற்கு நாடிநரம்பாக-மூளையாக செயல்பட்டவர்களில் சிங்காரவேலர் ஒருவர் ஆவார்.

1921இல் சென்னையில் பெரியதோர் ஆலைத்தொழிலாளர்கள் வேலைநிறுத்தம் நடந்தது. அதை முறியடிப்பதற்காக ஆட்சியாளர் கடுமையான அடக்குமுறையைக் கையாண்டனர்.

துப்பாக்கிச் சூட்டில் ஒரு பெண்மணி உள்பட ஏழுபேர்கள் உயிரிழந்தார்கள். அவர்களது உடல்களை சூளையிலிருந்து சுடுகாடுவரை ஊர்வலமாக எடுத்துச்செல்ல தொழிலாளர்கள் முயன்றார்கள். காவல்துறை குறுக்கிட்டது. ஊர்வலம் நடத்த முயன்றால் சுட்டுத்தள்ளப்போவதாக மிரட்டியது.

சிங்காரவேலர் முன்வந்தார். மார்பைத் திறந்துக் காட்டினார். சுட்டுப்பொசுக்கு என்று முழங்கினார். ஆட்சி வழிவிட்டது. தியாகிகளின் சடலங்கள் ஊர்வலமாக எடுத்துச்செல்லப்பட்டன.

அறுபது, எழுபது ஆண்டுகளுக்கு முன்பு பொதுமக்களிடையே கல்வி குறைவாக இருந்தது. இப்போது, கல்வி வியக்கத்தக்க அளவு பரவியுள்ளது. தன்மையிலே பெருங்குறை உண்டு. முற்காலத்தில் சமுதாய நலனுக்காக, பொதுநன்மைக்காக குரல் கொடுத்தவர்கள், எழுதியவர்கள் என்ன விழுக்காட்டில் இருந்தார்களோ அவ்வளவுக்கு இப்போதைக்கு இல்லை.

ஆண்டுக்கு ஆண்டு கற்றவர்களிடையே 'ஊமைப்பண்பாடு' வளர்ந்துவருகிறது. பொதுவிவகாரங்களைப் பற்றி கருத்து தெரிவிக்க கற்றவர்கள் அஞ்சுகிறார்கள். இடித்துச் சொல்ல வேண்டியதை சொல்லவேண்டிய நேரத்தில் சொன்னால் அல்லவா பொதுநலம் பாதுகாக்கப்படும். அதை விட்டுவிட்டு அனைவரும் ஊமைகளாக மாறிக்கொண்டேபோனால் நாட்டு நலன் பாதிக்கப்படுமே.

சிங்காரவேலர் பொதுநடவடிக்கைகளைக் கூர்ந்துகவனித்தார்; அவற்றைப் பற்றிய கருத்துகளை கூட்டங்களில் எடுத்துவைப்பார்;

செய்தித்தாள்களுக்கு எழுதி அனுப்புவார்; செய்தித்தாள்களும் வெளியிட்டு பொதுமக்களின் சிந்தனையைத் தூண்டின. அப்படி சிங்காரவேலரின் கருத்துகளை கடிதங்களாகவோ, கட்டுரைகளாகவோ அடிக்கடி வெளியிட்டவை 'இந்து'வும், 'சுதேசமித்திரனு'மாகும்.

1923 ஏப்ரலில் சிங்காரவேலர் அவரது தோழர்களுடன் சேர்ந்து, 'இந்துஸ்தான் தொழிலாளர் குடியானவர் கட்சி' என்ற பெயரில் ஒரு கட்சியைத் தோற்றுவித்தார்கள். அக்கட்சிக்கு சிங்காரவேலர் தலைவர். எம்.பி. வேலாயுதம் என்பவர் செயலாளர். அக்கட்சி வேலையில்லாத் திண்டாட்டத்தை போக்குவது பற்றியும், போரற்ற உலகை உருவாக்குவது பற்றியும் அக்கறை காட்டியது.

'தொழிலாளர் குடியானவர் கெஜட்' என்ற பெயரில் மாதமிருமுறை ஆங்கில இதழை சிங்காரவேலர் தொடங்கி சில ஆண்டுகள் நடத்தினார். 'தொழிலாளர்' என்ற பெயரில் ஒரு தமிழ் வார இதழை நடத்தினார்.

இரண்டும் சில ஆண்டுகளே நடந்தன.

1923இல் சிங்காரவேலர் மே தினத்தைக் கொண்டாடத் தொடங்கினார். அதிலும் அவர் வழிகாட்டி.

இந்திய கம்யூனிஸ்ட் கட்சியைத் தோற்றுவித்தவர்களில் ஒருவர் சிங்காரவேலர். அக்கட்சியின் முதல் அனைத்திந்திய மாநாடு 1925 டிசம்பரில் கான்பூரில் நடந்தது. அதற்குத் தலைமைத் தாங்கும் பொறுப்பினை சிங்காரவேலருக்கு அளித்தார்கள்.

ஆங்கிலேய ஆட்சியை ஒழித்துவிட்டு, கம்யூனிஸ்ட் குடியாட்சியை நிறுவ சதி செய்ததாக சிலபேரில் 'கான்பூர் சதி வழக்கு' தொடரப்பட்டது. அவ்வழக்கில் குற்றஞ்சாட்டப்பட்டவர்களில் ஒருவர் சிங்காரவேலர்.

3
அறிவுக் களஞ்சியம்

கான்பூர் சதி வழக்கில் எதிரிகளில் ஒருவராகச் சேர்க்கப்பட்டிருந்த தோழர் சிங்காரவேலரை சென்னையில் அவரது இல்லத்தில் 6-3-24 அன்று காவல்துறையினர் கைதுசெய்தனர். அப்போது சிங்காரவேலர் நோய்வாய்ப்பட்டு படுத்த படுக்கையாக இருந்தார்; உயிருக்கு போராடிக்கொண்டிருந்தார். எனவே அடுத்த நாள் விடுதலைச் செய்யப்பட்டார். சிங்காரவேலர் குணமடையும்வரை காத்திருக்கவேண்டாம் என்று கருதி, அவர் பெயரை குற்றஞ்சாட்டப்பட்டவர்கள் பட்டியலில் இருந்து நீக்கிவிட்டு மற்றவர்கள் பேரில் வழக்கு நடந்தது. இறுதியில் நால்வருக்கு ஆளுக்கு நான்காண்டு சிறைத்தண்டனை விதிக்கப்பட்டது.

நோய்வாய்ப்பட்டதால் தப்பிப் பிழைத்தோமே என்று சிங்காரவேலர் சும்மா இருந்துவிடவில்லை, வீரம் சோரம் போகாதே.

உடல்நலம் பெற்றதும் தன் பேரிலுள்ள சதிவழக்கை கான்பூரிலிருந்து பம்பாய்க்கோ, சென்னைக்கோ மாற்றி விசாரிக்கும்படி முறைப்படி வேண்டிக்கொண்டார். அதன்பேரில் முடிவு சொல்வதற்கு முன்பே விசாரணை முடிந்துவிட்டது. குற்றஞ்சாட்டப்பட்டவர் தண்டிக்கப்பட்டுவிட்டார்கள் அக்காரணம்பற்றி சிங்காரவேலர் பேரிலுள்ள வழக்கை மேலும் தொடருவதில்லை என்று அவர் அறிவிக்கப்பட்டார்.

புரட்சி சிந்தனைக்கு ஆட்பட்டுவிட்டால் வாளா இருக்கமுடியாதே! சிங்காரவேலர் தொடர்ந்து பொதுக்கிளர்ச்சிகளில் ஈடுபட்டுவந்தார்.

கரக்பூரில் இரயில்வே பட்டறை தொழிலாளர்கள் வேலைநிறுத்தம் தொடங்கிற்று. சிங்காரவேலர் விரைந்துசென்றார். பிறதோழர்களை அழைத்துக்கொண்டு அவ்வேலைநிறுத்தத்தை வெற்றிகரமாக முன்னின்று நடத்தினார்.

முதுமை அடைந்தாலும் சிங்கத்தின் இயல்பு மாறாது. அறுபத்தெட்டு வயதில் மற்றோர் பெரிய வேலைநிறுத்தத்தில் முன்னணியில் இயங்கினார் சிங்காரவேலர்.

தென்னிந்திய இரயில்வே தொழிற்சாலையை நாகையிலிருந்து பொன்மலைக்கு மாற்றஞ்செய்யவும், அதைப் பயன்படுத்தி பழைய பாட்டாளிகளுக்கு பதில் குறைந்த ஊதியத்தில் புதிய ஆட்களை நியமித்துக்கொள்ள முயன்றதும், வேறுசில தொழிலாளர் விரோத போக்குகளும் அந்த இரயில்வே பொதுவேலைநிறுத்தத்தை தூண்டிவிட்டன.

இதை சிங்காரவேலர், பெரியார் ஈ.வெ.ரா., முகுந்தலால் சர்க்கார், கிருஷ்ணசாமி ஆகியோர் முன்னின்று நடத்தினர்.

இதற்காக இவர்கள் பேரில் வழக்கு தொடரப்பட்டது. பின்னர் ஈ.வெ.ரா.வின் பேரில் போடப்பட்ட வழக்கு திரும்பப் பெற்றுக்கொள்ளப்பட்டது. மற்ற மூவர் பேரில் நடந்த வழக்கு எப்படி முடிந்தது? மூவரும் குற்றவாளிகள் என்று கூறப்பட்டது. அக்குற்றத்திற்காக சிங்காரவேலருக்கு பத்தாண்டு சிறைத்தண்டனை விதிக்கப்பட்டது. எந்த வயதில்? எத்தனை நீண்ட தண்டனை?

ஆனால், ஈ.வெ.ரா. போன்ற சில பெரியவர்களின் தலையீட்டால் சிங்காரவேலர் பதினெட்டு திங்களில் விடுதலை செய்யப்பட்டார். இது தமிழ்மக்களின் பொதுத்தொண்டிற்கு ஆதாயமாயிற்று.

கைக்கு அழகு நூல்களே. இது உலக வழக்கு. ஆனால் உலக நடைமுறை அப்படி அல்ல; குறிப்பாக தமிழ் கூறும் உலக நடைமுறை அப்படியல்ல; கைக்கு அழகு காசு என்பதே நம் வாழ்க்கை முறை.

பணவசதி படைத்த படிப்பாளிகள்கூட பணம்போட்டு நூல் வாங்கும் பழக்கத்தைக் கொள்வதில்லை. வசதியாக, அமைதியாக வாழ்வோரே நூல்வாங்கி படித்து அறிவை வளர்க்கும் முனைப்பைக் கொள்ளாத சூழலில்-

போராட்ட போக்கில் முழுமையாக ஈடுபட்டுள்ள ஒருவர் அறிவுநாடியாக இருத்தல் அரிதினும் அரிதாம். போராட்டங்களின்

திருவுருவமான சிங்காரவேலர், அத்தகைய அரிதும் அரிய அறிவுநாடியாக விளங்கினார்.

தமிழ், ஆங்கிலம், தெலுங்கு, இந்தி, உருது முதலிய மொழிகளை அறிந்திருந்த சிங்காரவேலர் அம்மொழிகளில் அவ்வப்போது கலைச் செல்வங்களை-நூல்களை வாங்கிப் படிப்பதில் ஆர்வத்தோடு வாழ்ந்தார். புரட்சி இலக்கியங்கள்-முக்கால அறிவியல் நூல்கள்-முற்போக்குச் சிந்தனையைத் தூண்டுபவை ஆகியவற்றை அவர் வாங்கி, படித்து, சேர்த்து வைத்திருந்தார்.

அவர் தலைமுறையைச் சேர்ந்தவர்களில் அவ்வளவு பெரிய தனி நூலகத்தை வைத்திருந்தவர்களைக் காண்பது அரிது. அவரிடம் இருந்த நூல்கள் அரைத்த மாவை அரைக்கும் தன்மையில் அல்ல. இந்திய சமுதாயமும், தமிழ்ச் சமுதாயமும் தேடிப் பெற்றிருக்கவேண்டிய கலைச்செல்வங்கள். இதைக் கண்டே பாரதி, 'சென்றிடுவீர் எட்டுத்திக்கும் கலைச்செல்வங்கள் யாவும் கொணர்ந்திங்கு சேர்ப்பீர்' என்று பாடியிருக்கக்கூடும்.

கற்றவரின் கடமை என்ன? கற்பித்தலாம். ஆசிரியர் தொழிலை மேற்கொண்டு வகுப்பறையில் பாடஞ் சொல்லிக்கொடுப்பது மட்டுமே கற்பித்தல் என்று எண்ணிவிடவேண்டாம். காண்போருக்கெல்லாம் கருத்து முத்துகளைக் கொடுத்து அனுப்புவது கற்பித்தலில் ஒருவகை. மேடைப்பேச்சுகள், கட்டுரைகள் வாயிலாக அறிவு வெள்ளம் பாய்ச்சுவதும் அவ்வகையைச் சாரும்.

நாம் பெற்றுள்ள பொருள் வறுமையைக் காட்டிலும், நம்மிடம் வாழையடி வாழையாக வரும் புத்தி வறுமை-பிறர் அறிவை பெற்றுக்கொள்ளமுடியாத வறுமை கொடியதாம். அக்கொடிய வறுமைக்கு ஆளான நம் சமுதாயம் சிங்காரவேலரின் புரட்சிகரமான சிந்தனையை போதிய அளவு பயன்படுத்திக் கொள்ளவில்லை; அறிவியல் தகவல் களஞ்சியமாக விளங்கிய சிங்காரவேலர், பிறமொழிப் பிரிவினரிடையே வாழ்ந்திருந்தால் அவரை எவ்வளவோ பயன்படுத்திக்கொண்டிருப்பார்கள். மக்களுக்குப் புத்தி கிடையாது, புத்தி உள்ள இரண்டொருவருக்கு அழுக்காறு முன்னே நிற்கும்.

குடத்தில் இட்ட விளக்காக வாழ நேர்ந்த அறிஞர் சிங்காரவேலர், தமிழ் மக்களுக்குப் பயன்பட சில வாய்ப்புகளே கிட்டின எனலாம்.

பெரியார் ஈ.வெ.ரா.வின் 'குடியரசு' போன்ற வார இதழ்களும் நாகை இராமச்சந்திரன், நாகை கே. முருகேசன் ஆகியோர் நடத்திய 'புது உலகம்' என்ற திங்கள் இதழும் அவரது எண்ணங்களை தமிழ் மக்களுக்கு அறிவிக்கும் கருவிகள் ஆயின. அவற்றின் வாயிலாக சிங்காரவேலர் சமதர்மக் கருத்துகளைப் பரப்பியதோடு, பகுத்தறிவுக் கருத்துகளையும் பரப்பிவந்தார்.

சிங்காரவேலரும் பெரியாரும் ஒருவர்பால் ஒருவர் மெய்யன்பும், உண்மையான தோழமையும் கொண்டிருந்தார்கள். அது அடிக்கடி பழகியதால் ஏற்பட்டது என்று சொல்வதற்கில்லை; அது ஒத்த உணர்ச்சியால் ஏற்பட்டது; ஆழப் பதிந்ததாகும்.

எனவே, பெரியார் மேனாட்டுப் பயணத்திலிருந்து திரும்பிய பிறகு, 1932ஆம் ஆண்டு டிசம்பர் இறுதியில் சமதர்ம திட்டம் தீட்டும் பொருட்டு ஈரோட்டில் கூட்டிய சுயமரியாதைத் தொண்டர் கூட்டத்திற்கு சிங்காரவேலருக்கு தனி அழைப்பு விடுத்திருந்தார். சிங்காரவேலர் அதை ஏற்றுக்கொண்டதோடு சமதர்ம திட்டமொன்றை முன்கூட்டியே அனுப்பி வைத்தார். அக்கூட்டத்திற்கு முந்திய வாரக் 'குடிஅரசு' இதழில் அது வெளியானது.

தொண்டர் கூட்டத்தில் முதலில் சிங்காரவேலர் அதை விளக்கி உரையாடினார். இரண்டு நாட்கள் இருபது மணிகள்போல் விவாதித்தபின் அத்திட்டம் ஏற்றுக்கொள்ளப்பட்டது.

4
மந்திரத்தால் நோய் தீருமா?

பகுத்தறிவுவாதியாக சிங்காரவேலர் தமது காலத்தில் உலவிவந்த, இன்னும் உலவிவரும் நம்பிக்கைகளைப்பற்றி ஆராய்ந்தார். தமது கருத்தை திட்டவட்டமாக வெளியிட்டார்.

நம்பிக்கைகள் இருவகைப்படும். 'பார்த்தல்', 'பரிசோதித்தல்' என்பதற்குள் ஆட்பட்டு ஏற்றுக்கொள்ளக்கூடியவை சரியான நம்பிக்கையாகும். 'பார்க்க முடியாதது' 'பரிசோதனைக்கு எட்டாதது' ஆனால் முன்னோர்கள்-பல்லோர்கள்-காலகாலமாகச் சொல்லிவருவது என்பதற்காக நம்புவது மூடநம்பிக்கையாகும் என்ற விஞ்ஞான அடிப்படையை சிங்காரவேலர் விளக்குகிறார்.

ஒரு பரப்பில் ஏற்படும் காற்று அழுத்த வேறுபாட்டால் புயல் உருவாகி வீசுகிறது என்பது அறிவியலார் உற்றுநோக்கி கண்டுள்ள உண்மை. அழுத்தத்தில் வேறுபாடு ஏற்படுவதை எப்படி உணருகிறோம்? இலையோடு இலை அசையாது, பெரும் புழுக்கமாக இருப்பது காற்றுமண்டலத்தில் அழுத்த வேறுபாடு உண்டாவதற்கு அடையாளமாகும்.

அப்படி அழுத்த வேறுபாடு ஏற்படுத்தி, காற்றைப் பிய்த்துக் கொண்டுபோகவைக்க விஞ்ஞானிகளால் முடிகிறது. அப்படிப் பரிசோதித்துப் பார்த்தபின், வேறுபட்ட காற்று அழுத்தம் புயலை விளைவிக்கிறது என்று கூறுவது சரியான நம்பிக்கையாம்.

அதற்கு மாறாக வாயு பகவான் என்ற ஒருவன் எங்கோ இருந்துகொண்டு புயலை அனுப்புகிறான் என்பதோ, எல்லாம் வல்ல கடவுள் என்பவர் புயல் அடிக்கச் செய்கிறார் என்பதோ, முன்னோர் கூறிவருவது என்பதற்காக ஏற்றுக்கொள்ளப்படும் கருத்தாகும். எனவே மூடநம்பிக்கையாகும்.

'மந்திரத்தால் நோய் தீருமா?' என்ற கட்டுரையில் சிங்காரவேலர், 'தீராது' என்பதை விளக்குகிறார்.

பண்டைக்காலத்தில் நோய்களுக்கான காரணங்களை மாந்தர் தெரிந்துகொள்ளாதிருந்தபோது, அச்சத்தின் காரணமாக மந்திரங்களைத் தவிர மருந்தொன்றும் தெரியாது-தேடாது தவித்தார்கள். 'விட்டகுறை தொட்டகுறை' என்று இங்கும் அங்கும் சிலர் மந்திரத்தால் நோய்போக்க முடியுமென்று நம்பி மோசம் போவார் உள்ளனர்.

பாம்புக் கடிக்கு மந்திரம் நன்மருந்து என்னும் கருத்து பலரிடம் பரவியிருந்தது. அது மூடநம்பிக்கை என்று விளக்குகிறார் சிங்காரவேலர்.

பார்த்தல், பரிசோதித்தல் என்ற இரு உறைகற்களில் உரைத்துப் பார்க்கச் சொல்லுகிறார். பாம்பு கடித்த மாந்தர் குணமானதாகக் கூறப்படுகையில், பாம்பு கடித்த கோழி பிழைத்ததாகப் பேச்சு இல்லையே ஏன்? என்று கேட்டார்.

ஒரு கோழியையோ, நாயையோ, எலியையோ, குதிரையையோ பாம்பால் கடிக்க வைத்த பிறகு மந்திரித்து குணப்படுத்தின நிகழ்ச்சி உண்டா? பாம்புக்கடி மந்திரம் மிருகங்களிடம் செல்லாதா? என்று மடக்குகிறார். மந்திரத்தால் பாம்புக்கடிக்கு ஆளான மிருகம் பிழைக்காதபோது மனிதன் பிழைத்தான் என்பதை எப்படி நம்புவது?

மந்திரத்தால் மாங்காய் விழுமா? என்ற பகுத்தறிவுச் சிந்தனையை நினைவுபடுத்துகிறார்.

காலை மாலை 'சந்தியாவந்தனம்' செய்தல் பார்ப்பனரின் முறை. அது எப்படி வந்தது என்று சிங்காரவேலர் விளக்குகிறார்.

காலை புலர்வதும் இரவு அணைப்பதும் கண்கொள்ளாத இயற்கைக் காட்சிகள் ஆகும். அதன் விஞ்ஞான அடிப்படையைத் தெரிந்துகொண்ட பிறகும் அந்நிகழ்ச்சிகள் குதூகலமூட்டுகின்றன. அப்படியிருக்க, அவற்றின் பின்னணி தெரியாத ஆதிகாலத்தில் மாந்தர் இனத்திற்கு அவை மட்டற்ற மகிழ்ச்சியை ஊட்டின; விளக்கம் கிடைக்காததால் வியப்பில் மூழ்கினர். 'வந்தனம்' புரிந்தனர். அத்தகைய குதூகலத்தை வெளிப்படுத்துவதற்கு வேறுவழியில் தெரிவிக்கத்தெரியாமல் 'மந்திரம்' சொல்லினர்.

காயத்திரி மந்திரத்தில் உள்ள சொற்கள் சாதாரணச் சொற்களே. அவற்றை இரகசியமாக சொல்வதாலும், ஒலி ஏற்ற இறக்க முறையாலும் ஓர்வித அச்ச உணர்வினை ஊட்டி அதற்கு 'நிதேன' சிறப்பைப் புகுத்திவிட்டார்கள் என்று துணிந்து எழுதினார். மேற்படி கட்டுரையில்.

'சாதாரண சொற்களே, வெறும் பிழைப்பிற்காக மந்திரங்களாகப் பாவிக்கப்படுகின்றன' என்பது சிங்காரவேலரின் கருத்தாகும். இதை நாம் அறிந்துகொள்ளவேண்டாமா? இதைப்பற்றி பொறுப்போடு சிந்திக்கவேண்டாமா?

தன்னலமற்ற விடுதலைப் போராட்ட வீரரும், சிந்தனையாளரும், சமதர்மவாதியும் தியாகியுமான சிங்காரவேலர் வயிற்றுப் பிழைப்பிற்காக இப்படி எழுதவில்லையென்பதை உங்களுக்குச் சுட்டிக்காட்ட கடமைப்பட்டிருக்கிறேன்.

மேலும் படியுங்கள் சிங்காரவேலரின் அதிர்ச்சி தரும் கேள்வியை:

'நேர்வாளத்தைச் சாப்பிட்டுவிட்டு, வேறு பேதி மாத்திரையைச் சாப்பிட்டுவிட்டு ஆகும் பேதியை பூசை வைத்தியங்களால் நிறுத்துங்கள் பார்ப்போம்!'

அவரை நாத்திகரென்று நிந்திப்பது தக்க பதில் ஆகிவிடுமோ?

5
சோதிடம் - பொய்!

மதங்கள் பற்றி சிங்காரவேலர் கருத்து என்ன?

பார்த்தல், பரிசோதித்தல் என்ற அடிப்படைகளைக் கொண்டு விசாரிக்குமளவில், 'மதங்களும் பெருத்த மூடநம்பிக்கையாகவே ஏற்படுகின்றது? என்பது சிங்காரவேலரின் முடிவாகும்.

'மூடமதங்களால் மனிதனுக்கு என்ன வசதிகள் உண்டாயின? உணவுப் பொருள்கள் அதிகப்பட்டனவா? விஷய ஞானம் விளக்கமடைந்தனவா? போக்குவரத்து வசதிகள் அதிகப்பட்டனவா? மருத்துவ மேம்பாடு ஏற்பட்டதா? மக்கள் உடல்நலம் பரவிற்றா? மனிதனுக்கு வேண்டிய பல்லாயிரம் வசதிகளில் எதற்காகிலும் மதங்களாகிலும், மூடநம்பிக்கைகளாகிலும் அனுகூலமாகவாவது அல்லது விஷயங்களை கண்டறிய வேண்டியதற்காவது கருவிகளாக இருந்தனவா?' என்று சிங்காரவேலர் கேட்கிறார்.

இந்துக்கள் 'நல்லகாலம்', 'கெட்ட காலம்' என்று கற்பனை செய்துகொண்டு அவதிப்படுகிறார்கள். அதைச் சுட்டிக்காட்டி, அக்கற்பனைக்கு ஆதாரமில்லை என்பது சிங்காரவேலரின் கருத்தாகும்.

அவரது வாதம் இதோ;

'நல்லநாளில் தொடங்கிய காரியங்கள் எத்தனை கைகூடின என்று அறிவதெப்படி? இராகு காலத்தில் செய்த முயற்சி எத்தனை தோல்வியுற்றனவென்று எப்படி கணக்கிட முடியும்?

அமாவாசையில் மருந்துண்டால் பலன் கொடாதென்பது புரோகித நம்பிக்கையேயொழிய மருத்துவசாலை சம்பவமல்ல. இந்த நம்பிக்கையை சோதிக்கவேண்டிய இடம் மருத்துவசாலையொன்றே.

உலக முழுவதும் கோடானுகோடி பேர்கள் அமாவாசையிலும் கிருத்திகை, பரணி, இராகுகாலம், குளிகைகாலம் முதலிய சுப-அசுபங்களிலும் மருந்து உண்ணுகிறார்கள். நோயின் இலட்சணப்படியும் மருந்தின் குணத்தின்படியும் பலன் கிடைக்கின்றதேயொழிய நாள், நட்சத்திரப்படி எந்தப் பலனையும் நிர்ணயிக்க முடியவில்லை' என்று திட்டவட்டமாக கூறுகிறார்.

நட்சத்திரங்களால் மக்கள் வாழ்க்கைப் பாதிக்கப்படுகிறதா? பாதிக்கப்படுவதாக பெரும்பாலான இந்துக்கள் நம்புகிறார்கள். சிங்காரவேலர் அப்படி நம்பவில்லை.

'பூமியோ நம்மைவிட கோடானுகோடி பெரிது. பூமிக்கும் நமக்குமுள்ள சம்பந்தம் கடல் அளவுக்கும் அதிலுள்ள ஒரு மணலுக்கும் உள்ள அளவுக்கு மேற்பட்டது. அவ்வளவு சிறிய மணல் அவ்வளவு பெரிய கடலோரத்தில் எப்படி பாதிக்கப்படும்?

நட்சத்திரங்கள் ஒவ்வொன்றும் பூமியைவிட அநேக மடங்கு பெரியதாய் உள்ளன.

பூமியைவிட பலமடங்கு பெரிதான நட்சத்திரங்களால் நாம் எப்படி பாதிக்கப்படுகிறோம்?

நமது அருகாமையிலிருக்கும் மலைகளால் நமது நடவடிக்கைப் பாதிக்கப்படுகின்றதா? அல்லது குன்றினால் பாதிக்கப்படுகின்றோமா? அல்லது கடல் வனாந்தரங்களால் பாதிக்கப்படுகின்றோமா?

கல்லும், மண்ணும், சாம்பலும் நிறைந்துள்ள புதன், அங்காரகன், சுக்கிரன் முதலிய நட்சத்திரங்களால் நமது நடவடிக்கை எப்படி பாதிக்கமுடியும்? என்று கேட்கிறார்.

வெளிச்சத்தையும், வெப்பத்தையும் கொடுப்பதோடு கோடை காலத்தில் வெப்பக்காற்றை வீச வைத்து தொல்லைப்படுத்துகிறது ஞாயிறு.

மற்றபடி ஞாயிறு மாந்தர் நடவடிக்கைகளை வசப்படுத்துவதாகக் காணோம்.

சோதிடம் இந்துக்களைப் பற்றியுள்ள நோய். வாழையடி வாழையாகத் தொடரும் நோய். அக்கம் பக்கத்தார், உடன் ஊழியம்

செய்வோர், நண்பர்கள் என்பவராலும் திரும்பத் திரும்ப நம் சிந்தனையில் கலக்கப்படும் கருத்து. அதைப்பற்றி சிங்காரவேலர் கருத்தென்ன?

'நமது அனுபவம் சோதிடம் பொய் என்று தெரிவிக்கின்றது. எந்த சோதிடன் மனிதனுடைய நடவடிக்கைகளை முன் தெரிவிக்கக் கண்டோம்? இரண்டெழுத்து எழுதத் தெரியாத குறவர்களும் குறி சொல்லுகிறார்கள். தெருத்தெருவாக ஓலைப் புத்தகமொன்றை விரித்து வைத்துக்கொண்டு ஜோசியம் சொல்லுவார் அநேகர் வயிற்றுப் பிழைப்பிற்காக பொய் சொல்லிவருகிறார்கள். பிறருக்கு ஜோசியம் சொல்லுகிறவர், தனக்கு வரும் கேட்டை தனது ஜோசியத்தால் அறிந்தாரில்லை என்பதை சிங்காரவேலர் கோடிட்டு காட்டுகிறார்.

வீட்டுச் சுவர்களில் ஒட்டி வாழும் 'பல்லி' சிற்சிலவேளை மெல்ல ஒலி எழுப்பும். அதை 'பல்லி சொல்லி' என்றும் ஒவ்வோர் சொல்லுக்கும் பொருள் உண்டென்றும் பொதுமக்கள் நம்புகிறார்கள். இத்தகைய மூடநம்பிக்கையை தங்களுக்கு ஆதாயமாக்கிக் கொள்வோரும் உளர். தமிழ் பஞ்சாங்கம் எழுதுவோரும், வெளியிடுவோரும் பஞ்சாங்கத்தின் ஒரு பகுதியாக, 'பல்லிச் சொல்லுக்குப் பலன்', பல்லி வீழ்ந்தால் பலன் சிலவற்றைக் கூறுவதை அறிவோம்.

எல்லாருக்கும் சொல்லும் பல்லி காடிப்பானையில் வீழ்ந்து சாவதை முன்கூட்டியே உணர்ந்து தப்பிப்பிழைக்க முடிகிறதா? இல்லையே. அதை விரிவாகச் சுட்டிக்காட்டி, 'பல்லி சொல்லுக்குப் பலன்' என்பதும் கற்பனை என்று கூறுகிறார்.

'சத்தமும் சோதிடமும் என்றான், இவை பிதற்றும் தத்தரின் பேதையாரில்' என்ற வழக்கை நினைவுக்குக் கொண்டுவருகிறார்.

உடன்கட்டை ஏறும் கொடிய பழக்கத்தை அரசு சட்டமியற்றி தடை செய்ததைப்போல சோதிடப் புரட்டை அரசு தடை செய்ய வேண்டுமென்பது சிங்காரவேலரின் ஆலோசனையாகும். ஒற்றைப் பார்ப்பான் எதிரில் வருவது அபசகுணம் என்கிறார்கள். இது மூடநம்பிக்கை. பொதுமக்களிடம் ஊடுருவியுள்ள அதைக் குறிப்பிட்ட சிங்காரவேலர்-

'ஒத்தைப் பார்ப்பானுக்கும் நமது காரியங்களுக்கும் சம்பந்தமென்ன? பார்ப்பானும் ஆதி திராவிடரும் மனிதர்கள். வெறும் தற்செயலாய் ஒருவரைப் பார்ப்பார் என்கிறோம். மற்றொருவரை ஆதிதிராவிடர் என்கிறோம். இருவருக்கும் பிறப்பில் வேறுபாடு இல்லை. அப்படியிருக்க, ஒருவன் முகத்தில் விழித்தால் நற்சகுணமாம்! மற்றொருவன் முகத்தில் விழித்தால் துற்சகுணமாம்.

விதவைகள் எதிரில் வருவது தீயசகுணம் என்பது மற்றோர் மூடநம்பிக்கை; பிறரை இழிவு செய்யும் கொடுமை. இம்மூடநம்பிக்கையையும் கண்டிக்கிறார் சிங்காரவேலர்.

நமது நாட்டில்தான் குறிகளால், விதவைகளாய் அடையாளம் தெரிந்துகொள்ளுகிறோம். அது தெரியாத நாடுகளிலோ ஊர்களிலோ? மக்கள் நிறைந்துள்ள நகரங்களில் ஆயிரக்கணக்கான கைம்பெண்களைச் சந்திக்கிறோம். அவர்களை நாம் கவனிப்பதில்லை. அங்கே தெருக்களில் வரும் கைம்பெண்கள் ஆயிரம். மாங்கல்ய பெண்கள் ஆயிரம் அப்படிப்பட்ட சந்தர்ப்பங்களில் எந்தக் கெடுதி, எந்தக் கைம்பெண் எதிரிட்டதால் நேர்ந்தனவென்றும் எந்த நன்மை எந்த மாங்கல்யப் பெண் எதிரிட்டதால் நேர்ந்ததெனவும் சொல்லமுடியுமா,' இப்படி மடக்குகிறார் சிங்காரவேலர், சாபமோ, கோபமோ பதிலாகாதே.

6
மூடநம்பிக்கைகள்

பயிரிட வேண்டுமானால் என்ன செய்யவேண்டும்? உரிய நிலத்தைப் பண்படுத்தவேண்டும். புழுதியாக உழுதாலும் சேறாக்கினாலும் அதற்குரிய பக்குவப்படி பண்படுத்தவேண்டும். நிலத்தில் உள்ள-நெடுநாளாக வளரும் புற்பூண்டுகளை அப்படியே விட்டுவிட்டு பயிரிடமுடியாது.

நாட்டுமக்கள் அல்லல்படுவதை சிங்காரவேலர் கண்டார். அரசியல் அடிமைத்தனம் முதற்கவனத்தை ஈர்த்தது. எனவே, அரசியல் விடுதலைப் போராட்ட இயக்கமாக விளங்கிய அனைத்திந்திய காங்கிரசில் சேர்ந்து தொண்டாற்றினார். விடுதலை கிடைத்தால் அது எதற்குப் பயன்படவேண்டும்?

மக்கள் அனைவருக்கும் நல்வாழ்வு கொடுக்க பயன்படவேண்டும். விளைபொருளும் செய்பொருளும் தனியுடைமையாக நீடிக்கும் மட்டும் 'மக்களாட்சி' என்பது பெயரளவில் மட்டுமே நிற்கும் என்று சிங்காரவேலர் உணர்ந்தார். அதை உலகறிய உணர்த்தினார். அறுபத்துநான்கு ஆண்டுகளுக்கு முன்பே, சமதர்ம திட்டத்தை காங்கிரசின் கோட்பாடுகளில் சேர்த்துக் கொள்ளச்சொன்னார்.

நட்ட நாற்றோடு சேர்ந்து களை வளர்ந்தால் என்ன செய்வோம்? களையெடுப்போம்.

பயிரிடல் ஆக்கப்பணியே; அதற்கும் மேல் கீழாகப் புரட்டிப்போடும் வேலை இன்றியமையாதது. பூமாதேவியைக் கிளறக்கூடாதென்றால் பட்டினி கிடக்கநேரிடும்.

எங்கிருந்தோ வந்த அன்னிய ஆட்சியையோ, நம் சுதேச மன்னர் ஆட்சியையோ முற்றுப்புள்ளி வைக்க விரும்பினால் ஆயிரமாயிரம் ஆண்டுகளாக வந்த, 'அவன் ஆளப்பிறந்தது

நெ. து. சுந்தரவடிவேலு

ஆண்டவன் கட்டளை' என்ற நம்பிக்கையை கிள்ளியெறியவேண்டும். பிறவி, ஆளும் உரிமையைக் கொடுக்கவில்லையென்ற கருத்தை மக்களிடம் பரப்பியாகவேண்டும். ஆளும் உரிமை சில மன்னர் குடும்பங்களின் தனியுடைமை அல்லவென்றால், கற்கும் உரிமையும் சிலருக்கு உரியதல்ல; எல்லாருக்கும் உரியது என்னும் நம்பிக்கையை மக்களிடம் வளர்க்கவேண்டும்.

ஆனால் பொதுமக்கள் கேட்டதும், நம்புவதும், அஞ்சுவதும் என்ன?

'கடவுள்', 'மதம்' என்னும் சொற்கள் என்கிறார் சிங்காரவேலர். இவை வெறும் சொற்கள் என்கிறார் இவர். ஆனால் இவற்றிற்கு அளவுகடந்த மகத்துவம் இருக்கிறதே? இக்கேள்வியைச் சிங்காரவேலரே எழுப்பி பதில் உரைக்கிறார்.

ஆயிரக்கணக்கான ஆண்டுகளாக சில சொற்களை பயபக்தியுடன் சொல்லிச்சொல்லி இயற்கையாக இல்லாத பொருள் வலிமையை உண்டாக்கிவிட்டிருக்கிறார்கள் என்பது சிங்காரவேலர் பதில். ஏதோ ஒரு படத்தைக்காட்டி, ஒரு பெயரைச்சொல்லி மதிப்பூட்டுவது. பெரியவர்கள், பெரிய குழந்தைகள் சொல்வதையும் செய்வதையும் பார்த்து, சிறு குழந்தைகள் பின்பற்றுகின்றன என்பது சிங்காரவேலரின் கருத்தாகும்.

சிங்காரவேலர், '(கடவுள்) இந்த சொல்லானது உலகை இதுகாறும் மயக்கி வந்திருப்பதைப் பார்த்தால், உலகின் அறியாமையை என்னென்று மதிப்பது?' என்று எழுதினார்.

நமது சிறுவர்களை மிரட்ட, 'அய்ந்து கண்ணன்' என்று தாய்மார்கள் கூறுவதற்கு ஒப்பானதே 'கடவுள்' என்ற சொல்லும் என்கிறார் சிங்காரவேலர்.

நாம் நடத்தும் திருவிழாக்கள் பற்றி என்ன சொல்கிறார்?

'சிறு குழந்தைகள் அலங்கரித்த பொம்மைகளைத் தூக்கி விளையாடுவதைப்போல், பெரிய குழந்தைகள் செய்வதை உற்சவமென்கிறார்கள்' என்றார்.

இதனால் விளங்குவது என்ன?

பெரும்பாலான உலக மக்கள் இன்னும் குழந்தைப் பருவத்தில் இருந்துவருகிறார்கள் என்பதே.

'பக்திமான்' இராமலிங்க அடிகள் சொன்னது அதுவே. 'பித்தர்' சொன்னாலும் 'புத்தர்' சொன்னாலும் அறிவு அலையைக் காதில் வாங்குவதில்லை என்று எப்போது சபதம் செய்துகொண்டோம்?

நாம் அறிவியல் காலத்தில் வாழ்கிறோம். நோய்க்குக் காரணத்தைக் கண்டுபிடிக்க எத்தனையோ அறிவியல் சோதனைகள் நடத்துகிறார்கள். குருதிக்குழாயில் தடைபட்டு நிற்கும் இரத்தத்துளியை அறுவை மருத்துவத்தால் எடுத்துவிட்டு குணப்படுத்திவிடுகிறார்கள். மருத்துவமுறை அற்புதமாக வளர்ந்துள்ளது.

முற்காலத்தில் இம்முறைகள் தெரியா. கடுமையான நோய் வந்தால் அதற்கு காரணம் 'பில்லி, சூனியம்' என்று நம்பிவந்தார்கள்.

மந்திரதந்திரங்கள் தெரிந்த ஒருவரைப் பிடித்து, அவர் ஆற்றும் சில சடங்குகளால், நமக்கு ஆகாதவர்மேல் சூனியம் வைத்து நோய்வாய்ப்படுத்தலாம்-சிலவேளை எதிரியின் உயிரையே போக்கிவிடலாமென்ற நம்பிக்கை பரவியிருந்தது. அது இன்றும் இந்தியாவின் மூலைமுடுக்குகளில் ஒட்டிக்கொண்டிருக்கிறது. முற்காலத்தில் நம் நாட்டில் மட்டுமல்லாது ஐரோப்பிய நாடுகளிலும் பரவியிருந்தது. ஐரோப்பியாவில், இக்கால அறிவியல்முறை பரவி காரணகாரியங்களைத் துருவிக்காணும் வாழ்க்கைமுறை வந்துவிட்டதால் பில்லி, சூனியம் பற்றிய நம்பிக்கை ஒழிந்துவிட்டது.

பில்லி சூனியம் வைப்பதும், அதற்குக் கழிப்பு வைப்பதும் அறியாமைக் காட்டில் வளரும் மூடநம்பிக்கைகள் ஆகும். இவற்றிற்கு ஆதாரம் இல்லை.

இது பித்தலாட்டம் என்று திட்டவட்டமாக எழுதினார் சிங்காரவேலர். அக்கருத்துகளை இன்று நூல்வடிவில் வாங்கி படிக்கலாம்.

குடங்களை அலங்கரித்து அவற்றைத் தலைமேல் வைத்துக்கொண்டு 'சாமியாடல்' என்றொரு பழக்கம் படிப்பறியா மக்களிடம் உண்டு. அதைப்பற்றி சிங்காரவேலரின் கருத்து தெளிவானது. 'சாமியாடுதல்' என்பது தானே வரவழைத்துக்கொண்ட

ஓர்வகை மனவெறி என்கிறார் பகுத்தறிவாளர் சிங்காரவேலர். உடுக்கை, சிலம்பு, மேளம், மணி, விபூதி முதலியன அவ்வெறியை ஊட்டுவதற்குத் துணை நிற்பன என்று தெளிவாகக் கூறுகிறார்.

அல்லாசாமிப் பண்டிகையின்போது, 'ஆலி ஜூலா' என்ற சொற்கள் ஊட்டும் பேருணர்ச்சிகளால் மாரடிக்கும் வேகத்தை எடுத்துக்காட்டாக காட்டுகிறார். அதைப்போலவே குறிப்பிட்ட வேளையில் தாங்களே வரவழைத்துக்கொள்ளும் வெறித்தனமே சாமியாடல் என்கிறார்.

தலையில்லா முண்டம் பிணம் ஆகும். கொலையின் காரணமாக அத்தகைய உடல், ஆள் நடமாட்டமில்லாத காட்டுப்பகுதியில் கிடந்தால் வியப்பல்ல. தலையில்லா முண்டம் மோட்டார் சைக்கிளில் போகிறது என்று கூறும் நடைபிணங்கள் உள்ளனர்.

சிங்காரவேலர், பெரியார் போன்றவர்கள் கருத்துகளை மக்களிடம் பரப்ப தவறியதால், அவர்களுக்கு எதிர்மறையாகக் கூறவேண்டும்-நடக்கவேண்டுமென்ற குதர்க்க புத்தியால் எதையும் 'பட்டிமன்ற'ப் பொழுதுபோக்காக கருதும் கோமாளித்தனத்தால் நாடு கெட்டுக் கொண்டேபோகிறது. முண்டம் மோட்டார் சைக்கிள் விடுமா? விடாதா? இதற்கு நல்ல வசூல் இருக்கும்.

7

காட்டுமிராண்டி பழக்கங்கள்!

மூடநம்பிக்கை மலிந்த நாடு. அவற்றில் சிலவற்றைச் சுட்டிக்காட்டி, அவற்றின் அடிப்படையான முட்டாள்தனத்தை விளக்கிக்காட்டினார் தோழர் சிங்காரவேலர். அவற்றில் ஒன்று அதோ அவருடைய மொழிகளிலேயே:

நமது தமிழ்நாட்டில், மிகுதியாகப் பாமர மக்களிடத்தில் ஒரு மூடப்பழக்கம் அனுதினமும் பார்க்கிறோம். அது யாதெனில், இறந்தவரைச் சுடலைக்குக் கொண்டுபோகும்போது அதிக சத்தத்தோடு கொண்டுபோகும் பழக்கம். இதனுடைய ஆதாரத்தைக் கண்டுகொள்ளாமல் இது பெரும் பழக்கமாகத் தென்னாட்டில் நடந்தேறி வருகிறது.

மேற்குலத்தோர் என்று கூறப்படும் பிராமணர் போன்றவர்களும் சாவுமேளம் கொட்டுவது கிடையாது. அய்ரோப்பா முதலிய நாடுகளில் சேனைத் தலைவர்கள் தவிர மற்றவர்கள் சாவுக்கு மேளம் அடிப்பதில்லை.

காட்டுமிராண்டிகளுக்குள் இறந்தவர்களைப் பற்றிகூட நம்பிக்கைகள் உண்டு. அவையாவன: இறந்த மனிதனுடைய உயிர் ஆவி உடலைவிட்டு நீங்கியதும் அருகாமையில் உள்ள செடியிலோ, மரத்திலோ, நீரிலோ ஒளிந்து நிற்குமாம். அந்த 'ஆன்மா' உயிருடன் இருப்பவர்களைத் தொந்தரவு செய்யுமாம்.

ஆதலின் அதனைச் சத்தமிட்டு விரட்டித் துரத்த வேண்டுவதற்கு சத்தமிட்டும், இரைச்சல் இட்டும், கூச்சல் போட்டும் வாத்தியங்களால் பேரொலி உண்டாக்கி ஆன்மாவைப் பயப்படச் செய்து ஓடச்செய்வதற்கு ஏற்பட்ட தம்பட்டை பேரி, சங்கு முதலிய வாத்தியங்கள் முழங்கச்செய்யும் பழக்கத்தின் காரணமாகும். இரைச்சல் அதிகமிட அதிகமிட இறந்தவனின் ஆன்மா

அதிவிரைவாக ஓடிவிடுமாம். இந்தக் காட்டுமிராண்டி மூடப்பழக்கத்தை நமது தமிழ் மக்களும் அனுசரித்து வருகின்றார்கள்.

சாவுமேளங்களின் காரணம், ஆதிகால காட்டுமிராண்டிகளாக இருந்துவந்த நமது மூதாதைகளின் உத்தேசம் என அறியவும்.

தற்காலம் வேறுவித அர்த்தங்களும் வியாக்யானங்களும் கொடுக்கிறார்கள்.

அரசர் இறந்தாலும், சேனைத்தலைவர் இறந்தாலும் சாவுமேளம் அதிகமாக உபயோகிக்கிறார்கள்.

இறந்தவனை வீட்டைவிட்டு சுடுகாட்டுக்கு எடுத்துப் போகும்போது சாணி சட்டியை உடைக்கிற பழக்கம் உண்டு. இது ஒரு காட்டுமிராண்டித்தனம் என்கிறார் சிங்காரவேலர்.

அப்படி சாணி சட்டியை உடைப்பதற்கு பாமரர் சொல்லும் காரணம் என்ன? பேய்ப்பிசாசுகள் தண்ணீரைத் தாண்டிவரா. அதிலும் சாணித் தண்ணீரைத் தாண்டி வாரா என்பது மக்களிடையே உள்ள மூடநம்பிக்கை.

விடியற்காலை வீட்டுமுன் சாணி தெளித்தல் நமது பழக்கம். இதுவும் மூடநம்பிக்கையிலிருந்து முளைத்தது என்கிறார் சிங்காரவேலர்.

பேய்பிசாசுகள் இரவு நேரங்களில் மனது பழைய வீட்டிற்கு முன்வந்து காத்திருக்குமாம். கதவு சாத்திக்கிடப்பதால் உள்ளே நுழைய முடியாதபடி தவித்துக்கொண்டிருக்கும்; கதவைத் திறக்கும். விடியற்காலை சாணித் தண்ணியைத் தெளித்தால், அத்தண்ணீருக்கு அஞ்சி ஓடிப்போய் ஒளிந்துகொள்ளுமாம்.

இந்தப் பேய் பிசாசு நம்பிக்கை, சூன்யம் என்னும் மூடநம்பிக்கையில் பிறந்தது. அது பல கொடுமைகளுக்குக் காரணமாயிற்று. ஐரோப்பியாவில் வயதான மூதாட்டிகளை சூன்யக்காரிகள் என்று நம்பி, கொன்ற கொடுமை ஏராளம்.

அய்ரோப்பாவில் விஞ்ஞான அறிவு பரவிய பிறகே பேய், பிசாசு நம்பிக்கை ஒழிந்தது. அந்தக் கற்பனைச் சொற்கள் ஒழிந்ததால் ஆன்மா, பேருயிர் என்ற சொற்களும் பொருளை இழந்தன.

ஆதிமனிதனுக்கு ஆன்மாவும் தெரியாது; கடவுளும் தெரியாது. பேசத் தொடங்கியதும் இந்தச் சொற்கள் கற்பிக்கப்பட்டன.

ஆன்மாவுக்கும், கடவுளுக்கும் மொழியே ஆதாரம். மொழி தோன்றியிராவிட்டால் எந்த மனிதனும் ஆன்மாவென்றும் கடவுள் என்றும் சிந்தித்து இருக்கவேமாட்டான்.

எந்த மிருகத்திற்காகிலும் ஆன்மாவென்றும் கடவுள் என்றாகிலும் தோன்றியிருக்கிறாரா? இல்லை.

ஆன்மா உண்டென்ற நம்பிக்கை கற்பிதமென்று நமது பாமரமக்கள் உணர்வார்களேயானால் இந்தக் கற்பித பேய் பிசாசுகள் உலகைவிட்டுப் பறந்தோடி போகுமென்று அறிக என்கிறார் சிங்காரவேலர். அப்படி நம் சிந்தனையில் சேர்ந்துள்ள ஒட்டடை துடைக்கப்பட்டால் சாவுமேளம் கைவிடப்படும். அதற்காகச் செலவாகும் பணம் மிச்சமாகும். உறவினர் எண்ணம் அடுத்து ஆகவேண்டிய ஆக்கப் பணிகளில் திருப்பும் அல்லவா?

⑧ மனிதகுலத்தின் விரோதிகள்!

மனிதகுலத்தின் நல்வாழ்வுக்குப் பொதுவுடைமைக் கொள்கையே சரியான தீர்வு என்பதனை உணர்ந்து இந்தியாவில் 'பொதுவுடைமைக் கட்சி' அமைத்துப் பணியாற்றிய தோழர் சிங்காரவேலர் மனிதகுலத்தின் விரோதிகள் யார் என்பதையும் படம்பிடித்துக் காட்டுகிறார்.

1931ஆம் ஆண்டு டிசம்பர் மாதம் 26ஆம் நாள் சென்னையில் நடைபெற்ற சுயமரியாதை மாநாட்டினைத் திறந்து வைத்து உரையாற்றும்போது, 'மூடப்பழக்க வழக்கங்களை ஆதரிப்பவர்களே மனிதகுலத்தின் விரோதிகள்' என்று தோழர் சிங்காரவேலர் மக்களுக்கு அறிவித்தார். அவருடைய அறிவிப்பு இதோ:

"நாலுகோடி ஜனத்தொகைக்கு ஒருவேளை கூட நல்லுணவு இல்லை. முப்பதுகோடி இந்தியருக்கு வசிக்க வீடில்லை. இருபத்தைந்து கோடி மக்களுக்கு படிப்பில்லை. ஆயிரத்துக்கு முப்பது-நாற்பது பேர் அகாலத்தில் சாகின்றனர். பிறந்த குழந்தைகளில் நூற்றுக்கு முப்பது முதலாண்டிலேயே மண்ணில் புதைக்கப்படுகின்றன. இதற்குத்தானா இத்தனை கோயில்களும், தெய்வங்களும்? இதற்குத்தானா இத்தனை நல்ல நாட்களும், கெட்ட நாட்களும்? இதற்குத்தானா புரோகிதர்களும், பிராமணர்களும், குருமார்களும்? இதற்குத்தானா இத்தனை தேங்காய்கள் உடைகின்றன, கற்பூர சாம்பிராணி தூபதீபமிடுவதும், அர்ச்சனை செய்வதும்? இதற்குத்தானா சடகோபம் தரிப்பது? இத்தியாதி மூடப்பழக்க வழக்கங்களை ஆதரித்துப் பேசுவோரை மனிதகுலத்திற்கு விரோதிகள் என்பதற்கு என்ன தடை?"

அம்மாநாட்டில் தொடர்ந்து பேசுகையில் இத்தகைய மூடப்பழக்க வழக்கங்கள் கொடூரமானவை என்றும் அவைகளை

ஒழிக்க பெரியார் காட்டும் வழியைக் கடைப்பிடிக்குமாறும் சிங்காரவேலர் மக்களை கேட்டுக்கொண்டார். அப்பேச்சு வருமாறு:

"இக்கொடூர பழக்கங்களை நீங்களாகிய சுயமரியாதைக்காரர்கள் நமது நாட்டில் தலைகாட்டவொட்டாமல் செய்வீர்களாகில் உலகம் உங்களை போற்றுவதற்கு என்ன தடை? தலைவர் இராமசாமியார் மார்ட்டின் லூதரைப்போல் மதக் கற்பனைகள் நமது நாட்டினின்று ஒழியுமாறு உங்கள் இயக்கத்திற்கு வழிகாட்டியுள்ளார். அவர் காட்டிய வழியைக் கடைப்பிடித்து நமது முப்பத்தைந்து கோடி பாமர மக்களின் அறியாமையைப் போக்கவேண்டுமென உங்களை அன்புடன் கேட்டுக்கொள்கிறேன்.

தோழர் சிங்காரவேலர் பொதுவுடைமைவாதி என்று எல்லாருக்கும் தெரியும். ஆனால் அவர் பழுத்த சுயமரியாதைக்காரர் என்பது சிலருக்கே தெரியும். அவர் எவ்வளவு அழுத்தமான சுயமரியாதைக்காரர் என்பதைப் பலரும் அறிந்துகொள்ள வேண்டுமென்றால் அதற்கு ஆதாரம் வேண்டாமா? அம்மாநாட்டில் ஆற்றிய உரையில் தோழர் சிங்காரவேலர் சுயமரியாதை பற்றித் தன்னுடைய கருத்தினை வெளியிடுகிறார். அவருடைய கருத்து வருமாறு:

"உலகில் சுயராஜ்யம் வேண்டாத பித்தன் உலகில் ஒருவனுமில்லை! ஆனால் சுயமரியாதைச் சுயராஜ்ய மென்பதுதான் நிச்சயப்படவேண்டும்."

அம்மாநாட்டில் அவர் ஆற்றிய உரையின் இறுதிப் பகுதியாக பகுத்தறிவுப் பாதையே சமதர்மத்தை நோக்கி மக்களை அழைத்துச்செல்லும் என்று துணிந்து முடிவாகக் கூறுகிறார். அதையும் படியுங்கள்:

"உலகம் உய்வதற்கு அடிப்படையாக உள்ள பகுத்தறியும் மனப்பான்மையைப் பாமர மக்களுள் பரவச் செய்தலென அறிக. உங்கள் கட்சிப் பெரியோர் பகுத்தறிவை உங்கள் இயக்கத்திற்கு ஆதாரமெனக் கூறுகிறார். இந்தப் பகுத்தறிவை உபயோகிப்பீர்களானால் சமதர்மமே அதாவது மதமற்ற, சாதி வேற்றுமையற்ற, பொருளாதார வேற்றுமையற்ற தர்மமே நமது நாட்டையும் மற்ற நாடுகளையும் காப்பாற்றவல்ல இயக்கமாகும்."

எடுத்ததற்கெல்லாம் உண்ணாவிரதம் இருத்தல் என்பது இப்போது அன்றாட பொழுதுபோக்காக ஆகிவிட்டது. தன்னை வருத்தி மக்களுடைய ஆதரவைத் தன்னுடைய செயலின்பால் ஈர்க்கும் உண்ணாவிரதச் செயல் பக்தர்களுடைய அணுகுமுறையாகும். பிறர் தன்மீது இரக்கம் காட்டும்படியாக ஒருவன் தன்னை வருத்தி ஆதரவு பெறுவது பகுத்தறிவுக்கு முரணானதாகும்.

1934ஆம் ஆண்டு மார்ச் மாதம் 4ஆம் நாள் தமிழ்நாட்டில் தோழர் சிங்காரவேலர் தலைமைப் பேருரை நிகழ்த்தினார். அப்பேருரையில், உண்ணாவிரதம் இருப்பது பைத்தியக்காரத்தனம் என அவர் இடித்துரைக்கிறார். இதோ, அவருடைய கடிந்துரைக்கும் பேச்சினை அப்படியே தருகிறேன் படியுங்கள்!

"இன்றைக்கும் நமது மகாத்மாக்களும் தலைவர்களும் ஜெயிலில் கிடப்பதாலும், பட்டினி கிடப்பதாலும் நாட்டு மக்களுக்கு விமோசனம் வருவதாக நினைக்கிறார்கள். இத்தியாதி உடலை வருத்தும் பைத்தியம் நமது நாட்டில் புராதனப் பைத்தியமென்று உணர்ந்திலர். இந்தப் பைத்தியம் இருக்கின்ற வரையில் நமது தேசம் உருப்படாதென அறிக."

9

ஜாதிகள் ஒழியவேண்டும்!

சிங்காரவேலர் பெரியாரிடம் பயின்ற மாணாக்கர் அல்ல. அவர் பொதுவுடைமைக்காரார். பெரியாருக்கும் மூத்தவர். பத்தொன்பதாம் நூற்றாண்டிலேயே பட்டம் பெற்று சட்டம் பயின்று வழக்குரைஞர் தொழில் செய்த தமிழர். அனைத்து நாடுகளிலும் உள்ள சமூக அமைப்பினை நன்கு அறிந்தவர். இந்தியாவில் உள்ள சமூக அமைப்பினையும் ஆராய்ந்து பார்த்தார். சாதி ஒடுக்குமுறை பிறநாடுகளில் இல்லாதது; இந்தியாவில் மட்டுமே இருப்பது; இது ஒழிக்கப்படவேண்டும் என்பதைத் தன்னுடைய கட்டுரையில் குறிப்பிட்டுக் காட்டுகிறார்.

“இந்திய தேசத்தில் மாத்திரம் மூன்று தீமைகள் குடிகொண்டிருப்பதைக் காணலாம். அவையாவன; மதபேதம், ஜாதிபேதம், பொருளாதாரபேதம், மற்ற தேசங்களில் இம்மூன்றில் பொருளாதார பேதமொன்றே காணப்படும் நிலைபெற்றுள்ளன. ஆதலின் இந்திய தேசத்தில் பொருளாதார வித்தியாசத்தை மாத்திரம் போக்குவது தேச சீர்திருத்தத்திற்குப் போதுமானதாகாது. இந்திய தேசத்தில் பொருளாதார வித்தியாசம் ஒழிவதோடு மத வித்தியாசமும் ஜாதி வித்தியாசமும் ஒழிய வேண்டியதவசியமாகும்.”

சாதி அடக்குமுறைச் சமுதாயத்தை இந்தியாவில் வகுத்தவன் யார்? பெரும்பாலான மக்களைக் கீழ்ச்சாதியார் எனக்கூறி எண்சாண் உடம்பின் எல்லா உறுப்புகளை வருத்தியும், வியர்வை சிந்தியும், சமூகத்தின் தேவைகளுக்கான உற்பத்தியைப் படைக்கும் வேலையை அவர்கள்மீது சுமத்தியவன் யார்? உடல் வளையாமல் உண்டு கொழுக்கும் கூட்டத்தவராக மேல்சாதியாரைப் பூர்ஷ்வாப் பிறவியாக வாழும்படி வகை செய்தவன் யார்? இந்தக் கேள்விகள் சிங்காரவேலரின் சிந்தனையில் எழுந்தன. 1931ஆம் ஆண்டு சுயமரியாதை மாநாட்டினைத் திறந்து வைத்துப் பேசும்போது கேள்விகளுக்கு விடையாக சிங்காரவேலர் கூறியதை கவனிப்போம்:

“உயர்ஜாதியில் பிறந்தோர் சாதாரண கைகளால் செய்யும் வேலைகளை செய்வார். தோட்டி வேலை, சக்கிலி வேலை, வண்டியோட்டும் வேலை, மீன்பிடிக்கும் வேலை, கருமான் வேலை, சம்மட்டி வேலை, உழவு வேலை, இத்யாதி கஷ்ட வேலைகளைப் பிராமணனுக்கு ஏற்படுத்தவில்லை. ஏன்? அவனே ஜாதியை முதலில் வகுத்தவனாதலால், அவனுக்கு மேலான வேலையொன்றை வைத்துக்கொண்டு மற்றவர்களுக்கு திரேக அவையவங்களால் செய்யும் ஏற்பாடு செய்தான்.”

உலகிலேயே முதலாவது சமதர்ம அரசு ரஷிய நாட்டில் நிறுவப்பட்டு 68 ஆண்டுகள் ஆகின்றன. அண்டை நாடான சீனாவில் பொதுவுடைமை அரசு. பல நாடுகளிலும் பொதுவுடைமை அரசுகள் அமைந்துவிட்டன. இந்தியாவில் பொதுவுடைமை அரசு அமைக்கப்படவேண்டும் என்ற குறிக்கோளுடன் பொதுவுடைமைக் கட்சி அமைக்கப்பட்டு 60 ஆண்டுகள் ஆகிவிட்டனவே! இருந்தும் இந்தியாவில் இன்றுவரை பொதுவுடைமை அரசு அமைக்கப்பட முடியவில்லையே! அது ஏன்? இதற்கான காரணம் என்ன? வர்க்க ஒற்றுமையை வளர்த்தெடுப்பதற்கு சாதி வித்தியாசம் தடையாக இருக்கிறது என்பதுதான் உண்மை. இதுபற்றி அறுபது ஆண்டுப் பட்டறிவுக்குப் பின்னரும் 1986ஆம் ஆண்டில் இந்தியாவிலுள்ள பலர் புரிந்துகொள்ள மறுக்கிறார்கள். ஆனால் சிங்காரவேலர் இதைப்பற்றி 1930ஆம் ஆண்டுகளிலேயே புரிந்துகொண்டார்.

தான் புரிந்துகொண்டதை கட்டுரையின் வழியாக மக்களுக்கும் எடுத்துச்சொன்னார். அவர் சொன்னவற்றில் சில வரிகள் வருமாறு:

“ஆதலின் ஒருவாறு பொருளாதார வித்தியாசம் ஒழிந்தாலும் மதவித்தியாசமும், ஜாதிவித்தியாசமும் ஒழியா. இந்திய தொழிலாளர்கள் அகில தேசத் தொழிலாளர்களோடு சமத்துவம் பெறவேண்டுமானால் ஜாதி, மதவித்தியாசங்களை முன்னரே ஒழிக்கத்தான்வேண்டும். ஜாதியும் மதமும் கற்பனைகளைத் தெளிதல்வேண்டும். இவ்விரண்டு ஜன சமூக வித்தியாசங்களால் தொழிலாளருக்குள் ஒற்றுமையேற்படாது. முதலாளிகளையும் வெல்லுதல் அஸாத்தியமான காரியம். மேலும் உலக வாழ்க்கைக்கு ஜாதியும் வேண்டுவதில்லை, மதமும் வேண்டுவதில்லை.”

சாதி உயிருள்ளது என்றால் அணுவின் ஆற்றலைக்கொண்டு அழித்துவிடலாம். பொருள் என்ற வடிவத்தில் சாதி இருப்பின் மக்களிடமிருந்து அதை பறித்து பொருட்காட்சி சாலைக்கு அனுப்பிவிடலாம். ஆனால் சாதி என்பது உயிரும் அல்ல; பொருளும் அல்ல. அது மக்களின் எண்ணத்தில் புகுத்தப்பட்டுள்ள எண்ணம்; கருத்து; பதிவு செய்யப்பட்டுள்ள உணர்ச்சி. அவ்வளவே ஆகும். இதை ஒழிக்கும் வழிகளுள் ஒன்றினை சிங்காரவேலர் கூறுவதாவது:

"பகுத்தறிவை மேன்மேலும் பாமர ஜனங்கள் உபயோகிக்குமாறு பல வசதிகள் உண்டாக்கவேண்டும். சாதி ஒழிய வேண்டுமென்று வெறுஞ்சொல்லோடு நிற்கப்படாது. சாதி வேற்றுமைக்கு மூலகாரணமாகியுள்ள அறியாமையும், மதக்கோட்பாடுகளும் பொதுமக்களின் மனத்திலிருந்து ஒழித்தல்வேண்டும். இதன் விசயமாக நமது சுயமரியாதைக் கூட்டத்தார் செய்துவரும் முயற்சி யாவும் மதிக்கத்தக்கதே.

10

கலப்பு மணம்

சாதி ஒழிப்புக்குக் கலப்புமணம் ஒருவழி என்று சமூக இயல் அறிஞர்கள் பலர் கருத்துக் கூறியுள்ளார்கள். சிங்காரவேலரும் அதே கருத்தின் அடிப்படையில் கலப்புமணம் செய்துகொண்டவர். அத்தகையதொரு கருத்தின் சொல்லுக்கும் செயலுக்கும் உரியவரான சிங்காரவேலர் 1931ஆம் ஆண்டு டிசம்பர் 26ஆம் நாள் சென்னையில் நடைபெற்ற சுயமரியாதை மாநாட்டினைத் திறந்துவைத்துச் சொற்பொழிவு ஆற்றினார். அச்சொற்பொழிவின் ஒரு பகுதியில் அமைந்த அவருடைய பேச்சு வருமாறு:

"சாதி, கலப்பு மணத்தால் ஒழியுமென்று சிலர் கருதுகிறார்கள். ஆனால் கலப்புமணம் செய்துகொண்டவர்கள் தனிப்பட்ட ஒரு சாதியாகின்றார்கள். இந்த விதங்களால் இன்னும் சாதிகள் வளர்ந்து வருகின்றன."

இதைப் படித்த மாத்திரத்தில் நமக்கு என்ன தோன்றுகிறது? கலப்புமணத்தால் சாதி ஒழியாது என்பதும், சாதி ஒழிப்புக்குக் கலப்புமணக் கொள்கையைச் சிங்காரவேலர் ஆதரிக்கவில்லை என்றும் தோன்றுகிறதல்லவா? நமக்குத் தோன்றுவதைப் போலவே பெரியாருக்கும் மேற்குறிப்பிட்ட பேச்சு தோன்றியது. விளைவு என்ன? 3-1-1932ஆம் நாளிட்ட 'குடியரசில்', "இந்த விதங்களால் இன்னும் சாதிகள் வளர்ந்துவருகின்றன என்று (சிங்காரவேலர்) கூறியிருப்பதை நாம் ஒப்புக்கொள்ளமுடியாது" என்று பெரியார் ஆணித்தரமாக மறுத்து தலையங்கம் எழுதினார்.

பெரியாரின் மறுப்புக்குச் சிங்காரவேலர், கலப்புமணக் கொள்கைப் பற்றித்தான் கொண்டுள்ள கருத்தினை விளக்கிக் கட்டுரை எழுதினார். அதில் அவர் தெரிவித்துள்ள செய்திகள் வருமாறு:

"பத்திராதிபர் (பெரியார்) நான் கூறியுள்ள விஷயங்களைக் கொண்டு, கலப்புமணம் செய்துகொள்வது அனாவசியமென்று

நாம் அபிப்பிராயப்பட்டதாக யூகித்தது தவறென்றே அவருக்கு தெரிவித்துக்கொள்ளுகின்றோம். சென்னையில் முதன்முதலில் 1889ஆம் வருடத்தில் கலப்புமணத்தைப் பகிரங்கமாக ஆதரித்து, செய்துகொண்டவன் நான் ஒருவன். எங்கள் பட்டினவர் சாதியில் பிரிவு உண்டாய் இருந்ததை ஒன்றுபடுத்தவே எனது கலப்புமணம் செய்யப்பட்டது. அந்தக் கல்யாணம் நடந்து 43 வருஷமாயும் எங்கள் சாதி வித்தியாசம் போனதாகத் தோன்றவில்லை. அது முதல் இன்று வரை பட்டினர்களில் இரண்டொரு கலப்புக் கல்யாணந்தான் நடந்து இருக்கின்றது. இது ஒரு விசயம். இன்னும் சில கலப்புக் கல்யாணங்களும் நடந்திருக்கின்றன, இதனால் என்ன ஸ்தாபிக்கப்படுகிறதென்றால், நமது நாட்டில் சாதியைப் போக்குவது லேசானதல்ல. இதை குறிப்பிடத்தான் நாம் அவ்விதம் வரைந்தோம். கலப்புக்கல்யாணம் அவசியமில்லை என்றல்ல; கூடாதென்றுமல்ல. கலப்புக் கல்யாணம் ஒன்றல்ல இரண்டல்ல, ஆயிரக்கணக்காக நமது நாட்டில் நடக்க வேண்டுமென்பதே நமது நோக்கம். கலப்புமணம் செய்வதற்குத் தடையாயுள்ளவை சாதி வேண்டாமென்று சொல்லுவோருடைய கோழைத்தனமும், அவர்களுடைய நாணயமின்மையுமே. சாதி சீர்திருத்தக்காரர்களில் பெரும்பான்மையோர் வாயளவிலே நிற்கின்றார்களே ஒழிய செய்கையால் காட்ட பயப்படுகின்றார்கள்."

கோடிக்கணக்கில் உள்ள நம் நாட்டு மக்கள் கூட்டத்துள் அங்கொருவர் இங்கொருவர் எனச் சிலர் மட்டும் கலப்புமணம் செய்துகொள்வது சாதி ஒழிப்புக்குப் போதிய பலனை அளிக்காது. அது கடலில் கரைத்த பெருங்காயமாகவே பலனை கொடுக்கும். எனவேதான் சிங்காரவேலர் அக்கட்டுரையில் மேலும் பின்வருமாறு எழுதினார்:

"மதங்களும் சாதிகளும் வலுத்துவரும் நாடு இதுவொன்றே. ஆதலின் கலப்புக் கல்யாணம் ஏகதேசமாகச் செய்துகொள்ளுதல் போதாதென்பதே நமது கருத்து."

"ஆதலின் வெறும் பிரசங்கங்களாலும் ஏகதேசக் கலப்பு கல்யாணங்களாலும் சாதி ஒழியுமென்பது நமது மனத்திருப்திக்கேயொழிய வாஸ்தவமாக சாதியை போக்க அல்ல."

அப்படி என்றால் கலப்புமணம் ஆயிரக்கணக்கில் நடக்கவேண்டும் என்று சிங்காரவேலர் கூறுகின்றாரே அது ஏன்? சாதி எப்போது ஒழியும்? எப்படி ஒழியும்? அதற்கு அவருடைய கருத்து என்ன? இந்த வினாக்களுக்கு விடையளிக்கும் தன்மையில் மேற்படி கட்டுரையில் சிங்காரவேலர் எழுதியுள்ளார். அதுவருமாறு:

"சாதியும் மதமும் அற்ற நமது சுயமரியாதையார் கோரும் சமதர்ம ஆட்சி பாமர மக்களுக்கு ஏற்பட்டால், அப்போதுதான் நமது சாதி சொல்லாமலே ஒழிந்துவிடும். அந்நிலைமை வரும்வரை பிரசங்கங்கள் மூலமாகவும், கலப்பு மணங்கள் மூலமாகவும், அரசியல் திட்டங்கள் மூலமாகவும், சீர்திருத்தங்கள் மூலமாகவும் சாதியின் கடூரத்தை குறைக்கப்பாடுபட்டு வரவேண்டியது அவசியமே. சாதியை நமது நாட்டில் கண்டித்து ஒழிக்கப்பாடுபடும் கட்சிகள் சுயமரியாதையோரைத் தவிர வேறுயாருமில்லை."

"முதலாளிகள் கலப்புக் கல்யாணங்கள் மாத்திரம் போதா. கிராமங்களில், கிராமாந்திரங்களில் வாழும் பாமரமக்களிடம் சென்று அவர்களுடன் கூடி நமது சீர்திருத்தங்களை ஆணுக்கும் பெண்ணுக்கும் தெரிவிக்கவேண்டும். அதுதான் சாதியைப்போக்கும் நேர்வழி என நமக்குத் தோன்றுகிறது."

மேலே கண்ட சிங்காரவேலரின் விளக்கக் கட்டுரையினை 17-1-1932ஆம் நாளிட்ட 'குடிஅரசு' ஏட்டில் பெரியார் வெளியிட்டு அதிலே தன்னுடைய குறிப்பும் எழுதினார். அந்தக் குறிப்பில் பெரியார் எழுதியது வருமாறு:

"தோழர் சிங்காரவேலு அவர்கள் கலப்புமணத்தை மனப்பூர்வமாக ஆதரிக்கின்றவர் என்பதையும், கலப்புமணம் சாதி ஒழிப்புக்குப் பல வழிகளில் ஒரு வழி என்பதையும் அறிவோம். ஆனால் அவரது பிரசங்கத்தில் காணப்பட்ட வாக்கியங்கள் சாமான்ய மக்களுக்கு கலப்பு மணத்தைக் கண்டிப்பதுபோலக் காணப்பட்டமையால் நாம் அதைக் குறிப்பிட்டுத் தலையங்கத்தில் எழுத நேர்ந்ததைத் தவிர வேறில்லை. அக்கட்டுரையினால் தோழர் அவர்களின் உண்மையான கருத்தைத் தெளிவாக எல்லாரும் அறிந்துகொள்ளுவார்கள் என்பது திண்ணம்."

⑪
சிங்காரவேலர் பற்றி பெரியார்

தனிஉடைமை வாழ்க்கை முறைக்குத் துணைசெய்து பாதுகாப்பு அளிப்பது ஆத்திகம். மாறாக உடைமைகளைப் பொதுவாக்கும் சமதர்மச் சமுதாயத்தை நோக்கிய புரட்சிப் பயணத்திற்குத் தூண்டுகோலாகவும், துணையாகவும் இருப்பது நாத்திகம். இதனை நன்கு உணர்ந்தவர் தோழர் சிங்காரவேலர். எனவேதான் அவர் 31-12-1933ஆம் நாள் சென்னையில் நடைபெற்ற நாத்திகர் மாநாட்டில் தலைமை ஏற்று உரையாற்றியபோது மக்கள் நலத்திற்கு நாத்திகம் மிகவும் இன்றியமையாதது என்பதனை அவர் தன்னுடைய தலைமை உரையில் குறிப்பிட்டு பேசினார். அச்செய்தியின் உரை பின்வருமாறு:

"தோழர்களே! நாம் இன்று கூடியிருக்கும் நாத்திகர் மாநாடு நமது நாட்டில் முதன்மை என்று கருதுகிறேன்; இந்தியா முழுமைக்கும் இந்த மாநாடு முதல் மாநாடு என்று சொல்லலாம். இந்த மாநாட்டில் நம் இந்தியத் தேசத்திற்கு நன்மை உண்டாகுமேயல்லாமல் கெடுதியென்றும் விளையாது; இந்தத் தீர்மானத்தை துணிவாக எடுத்துக்கூறலாம். ஆனால் அறியாதவர் சிறுபிள்ளைத்தனமாக இம்மாநாட்டைப் பரிகாசம் செய்வார்கள். மதஸ்தர்கள் துவேஷம் கொள்வார்கள், அதிகாரிகள் அடக்குமுறையைக் கையாளலாம். ஆனால் எந்த நல்ல இயக்கமும் முதலில் பரிகசிக்கப்படவில்லையா? அடக்கப்படவில்லையா?

மூடஉலகம் நன்மை அளிக்கும் இயக்கங்களை முதலில் பழித்தே வந்திருக்கிறது. பழிப்பதோடு நிற்காமல் இம்சித்தும் வந்திருக்கிறது. விஷய ஞானத்தையே (Knowledge of things) தடுத்து வந்திருக்கிறது. நாஸ்திக போதகரான இங்கர்சாலை (Ingersoll) அமெரிக்க நாடு முழுமையும் பழித்தது. இன்று அவர்

நூறாம் ஆண்டு பெருநாளைக் கொண்டாடுகிறது. ஐம்பது வருஷத்திற்கு முந்தி ஆங்கில நாத்திகரான பிராட்லாவை (Braudlaugh) ஆங்கிலநாடு சிறையிட்டது. இன்று அவருடைய வெள்ளிவிழாவைக் கொண்டாடுகின்றது. இன்று நாஸ்திகர்களாகியவர் பழிக்கப்படுவர்; இம்சிக்கப்படுவர். ஆனால், இந்த மாநாட்டைப் போன்ற அரிய பெரிய நாஸ்திக மாநாடுகள் தேசமுழுமையுமே நாஸ்திகத்தைப் பரவச்செய்யும். காலப்போக்கில் இந்த மாநாட்டைப் போன்ற அரியபெரிய நாஸ்திக மாநாடுகள் தேசமுழுமையுமே நாஸ்திகத்தைப் பரவச்செய்யும். காலப்போக்கில், இந்த மாநாட்டை உண்டாக்கியவர்களை உலகம் மறந்துவிடும். ஆனால் அவர்கள் நாஸ்திக விஷயமாகக் கொண்ட எண்ணங்கள் (Ideas) மக்களை மூடநம்பிக்கையிலிருந்து விடுவித்துச் சுகப்படுத்துமென்பதற்குத் தடை இல்லை.

சிங்காரவேலர் பொதுவுடைமைச் சிந்தனையாளர் என்பது அனைவரும் அறிந்த ஒன்றாகும். அதேவேளையில் சாதி, மத மூடநம்பிக்கையின் பிடிகளில் சிக்குண்டுச் சீரழியும் இந்திய சமூக அமைப்பினையும் நன்கு புரிந்துகொண்டு பகுத்தறிவுச் சுயமரியாதைக்காரராகவும் சிங்காரவேலர் தொண்டாற்றினார். 26-9-1953ஆம் நாள் பொன்மலையில் கூடிய இரயில்வே தொழிலாளர்கள் மாநாட்டில் சிங்காரவேலரின் படத்தை ஈ.வெ.ரா. திறந்துவைத்து உரையாற்றினார். பகுத்தறிவு சுயமரியாதைக் கொள்கைகளை ஏற்றுக்கொண்டவராக சிங்காரவேலர் ஆற்றிய தொண்டினைப்பற்றி பெரியார் தன்னுடைய உரையில் குறிப்பிட்டதாவது:

"தோழர் சிங்காரவேலு தொழிலாளர்களுக்கு மட்டும் உழைத்துக்கொண்டு இராமல் சமுதாய சம்பந்தமான மற்ற காரியங்களிலும் தீவிரமாக ஈடுபட்டுவந்தார். பகுத்தறிவுப் பிரச்சாரம் செய்து சுயமரியாதை இயக்கத்திலும் அங்கத்தினராக இருந்து பிரச்சாரம் செய்தார். குடியரசில் வாராவாரம் தோழர் சிங்காரவேலு அவர்களின் கட்டுரை வரும். நிறைய எழுதுவார். அவர் எழுதுகிற கட்டுரை ஆதாரப்பூர்வமானதாக இருக்கும். அறிஞர்கள் மேற்கோள்களை ஆணித்தரமாக எடுத்துக்காட்டுவார்."

பொதுவுடைமை, பகுத்தறிவு சம்பந்தமாக அவரைப்போன்று அறிந்தவர்கள் அப்போது இல்லை என்றே கூறலாம். அவர் எப்போதும் படித்துக்கொண்டே இருப்பார். அவர் வீடே புத்தகசாலையாகக் காட்சி அளித்தது. கடினமான பிரச்சினைகளைக் குறித்து எல்லாம் எழுதுவார். அவர் ஒரு நல்ல தைரியமான நாஸ்திகர். காங்கிரசில் இருந்துகொண்டே சட்டசபையில் கடவுளின் பேரால் பிரமாணம் எடுக்கக்கூடாது என்று தீர்மானம் கொண்டுவந்தார். எதையும் ஆராய்ச்சி செய்யும் பண்பும், துணிச்சலும், தைரியமும் உடைய அவரைப்போன்ற ஆராய்ச்சியாளர்கள், நிறைய விஷயம் உணர்ந்து வாதிப்பவர்கள் அவருக்குப் பிறகு தோன்றவேயில்லை.

ஏன் தோன்றவில்லை என்பது நம் சிந்தனைக்கு உரியது. கருத்துச் சுதந்திரம் என்பது இன்னும் விண்வெளி தூரத்தில் இருக்கின்றது.

12

இந்திய கம்யூனிசத்தின் தந்தை!

தோழர் ம.வெ. சிங்காரவேலு சென்னையில் மீனவர் குடும்பத்தில் 18-2-1860இல் பிறந்தார். படித்துப் பட்டம் பெற்று, 1907இல் சென்னை உயர்நீதிமன்றத்தில் வழக்கறிஞராகப் பதிவு செய்து கொண்டார்.

1902ஆம் ஆண்டில் லண்டனில் நடைபெற்ற உலக பௌத்தர்கள் மாநாட்டில் இந்தியப் பிரதிநிதியாக பங்கெடுத்துக்கொண்டார்.

புத்தபோதி சபையைத் தன் இல்லமான 22, தெற்கு கடற்கரைச் சாலையில் நடத்திவந்தார். ஜாதிகள், மதங்கள், கடவுள்கள், மூடநம்பிக்கைகளைச் சாடி அந்தக் காலத்திலிருந்து 1946இல் இயற்கை எய்தியவரை தன் கொள்கையாகவும், நடைமுறையாகவும் கொண்டிருந்தார் என்பது குறிப்பிடத்தக்கது.

1905-1907 ரஷ்யப் புரட்சி, 1917 ரஷ்யப் புரட்சி, 1917 அக்டோபர் சோஷலிஸ்ட் புரட்சி நடவடிக்கைகள் ம.வெ. சிங்காரவேலு அவர்களைப் பெரிதும் ஆகர்ஷித்தன.

1905-1, 1919-22, 1930-34, 1942 ஆகஸ்ட் வெள்ளையனே வெளியேறு இயக்கங்கள், 1945 இந்திய இராணுவத்தின் விடுதலை இயக்கம், 1939 செப்டம்பரில் நாசி ஹிட்லர் ஜெர்மனி போலந்து மீது படை எடுத்தவுடன் இந்திய கம்யூனிஸ்ட் கட்சி, ஏ.ஐ.டி.யு.சி. நடத்திய ஏகாதிபத்திய யுத்த எதிர்ப்பு இயக்கம். 1941 ஜூன் 22ந் தேதி நாசி ஹிட்லர் ஜெர்மனி சோவியத்யூனியனைத் தாக்கிய பின்னர் உலக யுத்தத்தில் ஏற்பட்ட மாற்றத்தை நன்கு உடனே கண்டறிந்து, சோவியத்யூனியன் தலைமையில் பாசிஸ்ட் எதிர்ப்பு யுத்தம் வெற்றிபெற வேண்டுமென்று உலகத் தொழிலாளிவர்க்கம், உலகக் கம்யூனிஸ்ட் இயக்கம் ஆகியவற்றை நம் தலைவர் தோழர் ம.வெ. சிங்காரவேலு ஆதரித்துள்ள புரட்சி நடவடிக்கைகளை என்றென்றும் நாம் போற்றக் கடமைப்பட்டுள்ளோம்.

இரண்டாவது உலக யுத்தம் முடிந்ததிலிருந்து, ஐரோப்பாக் கண்டத்தில் மலர்ந்த மக்கள் ஜனநாயக ஆட்சிகளை வாயார வாழ்த்தினார்.

2 கோடி மக்களின் இன்னுயிர்களை ஈந்து 2வது உலகப்போரில், உலகை ஆக்கிரமித்த பாசிசத்தைப் படுதோல்வியுறும்படிச் செய்து உலகமக்களைக் காப்பாற்றியுள்ள உலக மக்களின் ரட்சகன் சோவியத்யூனியன் நீடூழி வாழவேண்டுமென்று நம் தலைவர் தோழர் ம.வெ. சிங்காரவேலு வாழ்த்தியுள்ளதை தமிழக மக்கள் நன்கு அறிவார்களாக.

27-4-1918இல் பக்கிங்காம் கர்னாடிக் மில் பஞ்சாலைத் தொழிலாளர்களுக்காக சென்னைத் தொழிலாளர் சங்கம் நிறுவப்பட தலைவர்கள் திரு.வி.க., செல்வபதி (செட்டியார்) முதலியோருக்கு ம.வெ. சிங்காரவேலு பேருதவி புரிந்துள்ளார்.

திரு.வி.க. வேண்டுகோளின்படி சென்னைத் தொழிலாளர் சங்கத்தில் 1920இல் ம.வெ. சிங்காரவேலு தொழிற்சங்க அரசியல் வகுப்பு, மார்க்ஸ்-ஏங்கெல்ஸ்-லெனின் புரட்சிக் கொள்கைகள் பற்றி பக்கிங்காம் மில், கர்னாடிக் மில், சூளை மில் தொழிலாளர்களுக்கு வகுப்புகள் நடத்தி இருப்பதை அறிய மட்டிலா மகிழ்ச்சி அடைகிறோம். அன்றிலிருந்து இன்று வரை தொழிலாளர் மத்தியில் கம்யூனிஸ்டுகள், ஏ.ஐ.டி.யு.சி. தொழிற்சங்கத் தலைவர்கள், அரசியல் தொழிற்சங்க வகுப்புகளை நடத்திவருவது இன்று மிகப்பெரிய அளவில் தொழிலாளர் மத்தியில் நடைபெறவேண்டிய புரட்சிக் கடமைகளை திறம்பட நடத்திவரவேண்டும் என்பதை ம.வெ. சிங்காரவேலு பிறந்த நாளில் நாம் புத்திபூர்வமாக உணர்ந்து, மேலும் மேலும் பரந்த விரிந்த அளவில் தொழிலாளர் மத்தியில் தொழிற்சங்க, மார்க்சிச, லெனினிச அரசியல் வகுப்புகளை வெற்றிகரமாக நடத்திவர சபதமேற்று அமுல்படுத்தி வருவோமாக!

1920 அக்டோபர் 31-ந் தேதி பஞ்சாப் சிங்கம் லாலா லஜ்பதிராய் தலைமையில் பம்பாய் மாநகரில் நடைபெற்ற ஏ.ஐ.டி.யு.சி. முதலாவது மாநாடு வெற்றிபெற அன்றே சென்னை மாநகரிலிருந்து தோழர் ம.வெ. சிங்காரவேலு வாழ்த்துச் செய்தி அனுப்பியது குறிப்பிடத்தக்கது.

நெ. து. சுந்தரவடிவேலு

1919ஆம் ஆண்டில் பஞ்சாப் படுகொலையை கண்டித்து தலைவர்கள் ம.வெ. சிங்காரவேலு, திரு.வி.க., வி. சர்க்கரை தொழிலாளர்களின் (அரசியல்) பொதுவேலைநிறுத்தம் நடத்தி இருப்பதை எவ்வளவு பாராட்டினாலும் தகும்.

சென்னையில் மீனவர் குப்பத்தில் வாழ்ந்த ம.வெ. சிங்காரவேலு, 1919இல் லெனின் தலைமையில் மாஸ்கோவில் நிறுவப்பட்ட மூன்றாவது அகிலத்துடன் (கம்யூனிஸ்ட் அகிலத்துடன்) 1921இல் நிறுவப்பட்ட தொழிற்சங்க சிவப்பு சர்வதேச சங்கத்துடன் தொடர்பு ஏற்படுத்திக்கொண்ட மாபெரும் சாதனையை அனைவரும் அறிவோமாக.

1922இல் கம்யூனிஸ்ட் அகிலத்திலிருந்து அதன் பிரதிநிதி தோழர் அபானி முகர்ஜி, கம்யூனிஸ்ட் தலைவர்கள் ம.வெ. சிங்காரவேலு, எஸ்.ஏ. டாங்கே, முசபர் அகமது முதலியோரை நேரில் வந்து சந்தித்துச் சென்றிருப்பதை இடதுசாரி ஜனநாயக சக்திகள் நன்கறியவேண்டும்.

1923ஆம் ஆண்டில் தோழர் ம.வெ. சிங்காரவேலு தொழிலாளர் விவசாயிகள் கட்சியை சென்னையில் நிறுவி, தலைவர்கள் எஸ்.ஏ. டாங்கே, முசபர் அகமது முதலியோருக்கு இந்நிறுவனத்துடன் தொடர்புகொள்ளுமாறு வேண்டுகோள் அனுப்பி இருப்பதை அறியும் நம் தோழர்கள் மட்டற்ற மகிழ்ச்சியுறுவர் என்பது யதார்த்த உண்மையாகும்.

ம.வெ. சிங்காரவேலு 1923ஆம் ஆண்டிலேயே 'லேபர் கிசான் கெசட்' என்ற ஆங்கில பத்திரிகையையும், 'தொழிலாளன்' என்ற தமிழ் வாரப் பத்திரிகையையும் நடத்தி இருப்பது பெரிதும் பாராட்டத்தக்கதாகும்.

21-1-1924இல் உலகப் பாட்டாளி மக்களின் தலைசிறந்த தலைவர் தோழர் லெனின் காலமான செய்தி அறிந்த ம.வெ. சிங்காரவேலு 1924 ஜனவரி இறுதியில் வெளிவந்த லேபர் கிசான் கெசட்டில் லெனின் மறைவு குறித்து எழுதிய தலையங்கம் பிரமாதமாக உள்ளது.

1923ஆம் ஆண்டில் மே 1-ந் தேதி சர்வதேச பாட்டாளி மக்களின் தினமாக மே தினத்தை இந்தியாவிலேயே முதன்முதலாக

சென்னை மாநகரில் திருவல்லிக்கேணி கடற்கரையிலும், சென்னை ஹைகோர்ட் கடற்கரையிலும் இரு பொதுக்கூட்டங்களை ம.வெ. சிங்காரவேலு நடத்தி தொழிற்சங்க இயக்க சரித்திரத்தில் பொன்னெழுத்துக்களால் பொறிக்கத்தக்க பணியை ஆற்றி இருப்பதை அனைவரும் அறிவோமாக.

1921இல் சென்னை மாநகருக்கு விஜயம் செய்த பிரின்ஸ் ஆப் வேல்சிற்கு ம.வெ. சிங்காரவேலு கருப்புக்கொடி காட்டிய நிகழ்ச்சி வேடிக்கையானதாகும்.

22, தெற்கு பீச் சாலை தனது இல்ல மாடியில் கருப்புக்கொடிகளை ம.வெ. சிங்காரவேலு கட்டி இருந்தார். போலீசார் கருப்புக்கொடிகளைக் கைப்பற்றிச் சென்றனர்.

பீச் வழியாக பிரின்ஸ் ஆப் வேல்ஸ் வந்த சமயத்தில் ம.வெ. சிங்காரவேலு வீட்டிலிருந்த பெண்களிடம் கருப்பு புடவையை மாடியில் கட்டுமாறு ஏற்பாடுசெய்தார். காரில் வந்த பிரின்ஸ் ஆப் வேல்ஸ் சிங்காரவேலு இல்ல மாடியில் இருந்த கருப்பை பார்த்துக்கொண்டே சென்றார்.

போலீசார் திடீரென்று சிங்காரவேலு இல்ல மாடியில் கருப்புப் புடவை காட்சி அளித்ததைக் கண்டு கம்யூனிஸ்ட் தலைவர் ம.வெ. சிங்காரவேலு அவர்களின் அஞ்சாநெஞ்சைப் பெரிதும் பாராட்டிப் பேசினர்.

1920ஆம் ஆண்டில், பிரிட்டிஷ் ஏகாதிபத்திய ஆட்சியாளர் இந்தியாவில் தலைதூக்கி வந்த கம்யூனிஸ்ட் இயக்கத்தை அடக்க தீவிர நடவடிக்கை எடுத்தனர். 9 தலைவர்களை கைது செய்ய திட்டமிட்டு இறுதியில் 5 தலைவர்களை கைது செய்தனர். தலைவர்கள் எஸ்.ஏ. டாங்கே, முசாபர் அகமது, நளினி-குப்தா, ஷெளகத் உஸ்மானியை கைதுசெய்து கான்பூர் மத்திய சிறையில் பிரிட்டிஷ் ஏகாதிபத்திய ஆட்சியாளர் அடைந்தனர்.

சென்னை மாநகரில் சிங்காரவேலுவை கைது செய்து சென்னை மத்திய சிறையில் (பெனிடென்ஷியரி) வைத்தனர், சிங்காரவேலு கடும் ஜுரத்தால் பெரிதும் பாதிக்கப்பட்டிருந்தபடியால் அவரை கான்பூருக்கு ஆட்சியாளர் கொண்டு செல்லவில்லை.

சென்னை வக்கீல்கள் சங்கம் வழக்கறிஞர் சிங்காரவேலு அவர்களை உடனே நிபந்தனையின்றி விடுவிக்குமாறு அரசைக் கோரினர். இறுதியில் வழக்கறிஞர் நியூஜெனிட் கிராண்ட் நோயால் பெரிதும் பாதிக்கப்பட்டுள்ள சிங்காரவேலு அவர்களை ஜாமீனில் விடுமாறு நீதிமன்றத்தில் வழக்காடி வெற்றிபெற்றார்.

ஜாமீனில் விடுதலையாகி வந்த சிங்காரவேலு வைத்திய சிகிச்சை பெற்றுவந்தார். அவர் குணமடைய 6 மாதங்கள் ஆகின. இதற்கிடையே கான்பூர் நீதிமன்றத்தில் எஸ்.ஏ. டாங்கே, முசாபர் அகமது, நளினிகுப்தா, ஷௌகத் உஸ்மானி மீது கான்பூர் போல்ஷ்விக் சதி வழக்கை பிரிட்டிஷ் ஆட்சியாளர் நடத்தி தலா 4 ஆண்டுகள் இத்தலைவர் தண்டனைப் பெறச்செய்த கொடுமை!

சென்னை மாகாண கவர்னருக்கு வைஸ்ராய் கான்பூர் சதி வழக்கு முடிந்ததைக் குறிப்பிட்டு, சிங்காரவேலு அவர்களைத் தண்டிக்கபோதிய சாட்சியமில்லாததால் அவரை விடுதலை செய்யப்போவதாக, அவர் மீதுள்ள வழக்கை வாபஸ் பெறப்போவதாக அறிவித்தபோது, கட்டாயமாக சிங்காரவேலுவை விசாரித்து தண்டிக்குமாறு திமிர்பிடித்த சென்னை மாகாண கவர்னர் அன்றிருந்த வைஸ்ராய்க்குப் பதில் கடிதம் எழுதினான். ஆனால் வைஸ்ராய், சிங்காரவேலு மீதிருந்த வழக்கை வாபஸ் வாங்கி அவர் விடுதலையாகும்படி செய்தார்.

1925ஆம் ஆண்டு டிசம்பரில் கான்பூரில் நடைபெற்ற இந்தியக் கம்யூனிஸ்டுகள் மாநாட்டிற்கு சிங்காரவேலு தலைமை வகித்தார். இவர் தலைமை உரையை அனைவரும் போற்றிப் புகழ்ந்தனர். இந்தியக் கம்யூனிஸ்ட் கட்சி இம்மாநாட்டில் நிறுவப்பட்டது. கட்சியின் தலைவராக சிங்காரவேலு, முதற்பொதுச் செயலாளராக எஸ்.வி. காட்டே, ஆகியோரை நிர்வாகக் கமிட்டி ஒரு மனதாகத் தேர்ந்தெடுத்தது.

இந்நிர்வாகக் கமிட்டியின் கூட்டம் 1927 டிசம்பரில் சென்னை மாநகரில் சிங்காரவேலு இல்லத்தில் நடைபெற்றது. இந்நிர்வாகக் கமிட்டி கூட்டத்திற்கு எஸ்.ஏ. டாங்கே, வி. காட்டே, மிராஜ்கர், ஜோக்னேகர், தரணி கோஸ்வாமி முதலியோர் வந்திருந்தனர். தலைவர் ம.வெ. சிங்காரவேலு தலைமையில் நடந்த நிர்வாகக்

கமிட்டி கூட்டத்தில் பொதுச்செயலாளர் எஸ். வி. காட்டே 1927 டிசம்பர் இறுதியில் சென்னையில் நடைபெற்ற இந்திய தேசிய காங்கிரசின் இந்திய 42வது மாநாட்டில் நிறைவேறவேண்டிய முக்கிய தீர்மானங்களை முன்மொழிந்து ஒரு மனதாக நிறைவேறும்படி செய்தார்.

1927இல் அக்டோபர் சோசலிஸ்ட் புரட்சியின் பத்தாவது ஆண்டு விழாவில் மாஸ்கோவில் பங்கெடுத்து நேரே சென்னையில் நடந்த காங்கிரஸ் மாநாட்டிற்கு வந்திருந்த ஜவகர்லால் நேருவை எஸ்.ஏ. டாங்கே, எஸ்.வி. காட்டே முதலியோர் சந்தித்து, காங்கிரஸ் லட்சியம் பரிபூர்ண சுதந்திரம், சைமன் கமிஷன் பகிஷ்கரிப்பு, சீனாவிற்கு பிரிட்டிஷ் ஏகாதிபத்திய ஆட்சியாளர் இந்தியாவிலிருந்து துருப்புகளை அனுப்பு, சீன சுதந்திர இயக்கத்தை அடக்குவதை அறவே அனுமதிக்க முடியாதென்றும் காங்கிரசில் தீர்மானிக்கவேண்டுமென்றும் கோரி, தயாராயிருந்த தீர்மானங்களை நேரு படித்துப்பார்க்குமாறு கொடுத்தனர்.

காங்கிரஸ் லட்சியம் பூர்ண சுதந்திரமென்ற தீர்மானத்தை தான் முன்மொழிவதாக நேரு கூறினார். கம்யூனிஸ்ட் தலைவர்கள் மகிழ்ச்சியோடு ஏற்றுக்கொண்டனர். ஜவகர் காங்கிரஸ் லட்சியம் பூர்ண சுதந்திரம் என்ற தீர்மானத்தை முன்மொழிய கம்யூனிஸ்ட் தலைவர் ஜோக்லேகர் வழிமொழிய தீர்மானம் நிறைவேறியது.

மற்ற இரு தீர்மானங்களும் காங்கிரசில் நிறைவேறியது குறிப்பிடத்தக்கது. தோழர் ம.வெ. சி. 1925இல் சென்னை கார்ப்பரேஷனில் அங்கத்தினராக இருந்தபடியால் காங்கிரஸ் சென்னையில் நடைபெற்ற காலை சுகாதார வசதிகள் அனைவரும் பாராட்டும் வகையில் இக்காங்கிரசிற்கு-பிரதிநிதிகள் பார்வையாளர்கட்கு கிடைக்குமாறு செய்திருந்தார்.

1927ஆம் ஆண்டும், 1928ஆம் ஆண்டும் சிங்காரவேலு வாழ்க்கையில் பெரும் நிகழ்ச்சிகள் நடந்த ஆண்டுகளாகும். 1927ஆம் ஆண்டில் ஐக்கிய அமெரிக்காவில் தொழிலாளர் தலைவர்கள் சாக்கோ, வான்ஸெட்டி ஆகிய இருவரை அமெரிக்க ஏகாதிபத்திய அரசு மின்சார நாற்காலியில் வைத்துக்கொன்ற கொடுமையைக் கண்டித்து தோழர் சிங்காரவேலு சென்னை மாநகரில் தொழிலாளர் கூட்டத்தை நடத்தியுள்ளார்.

நிரபராதிகளான இத்தொழிற்சங்கத் தலைவர்கள்மீது அமெரிக்க ஏகாதிபத்தியம் தொழிற்சாலை தொழிலாளருக்கு சம்பளம் கொடுக்க எடுத்துச்சென்ற தொழிற்சாலை மானேஜரைச் சுட்டுக்கொன்றுவிட்டு பணத்தை எடுத்துக்கொண்டு ஓடிவிட்டதாக அபாண்டக் குற்றஞ்சாட்டி இதை விசாரித்த முட்டாள் நீதிபதி இவ்விருவரை மின்சார நாற்காலியில் வைத்துக் கொல்லுமாறு தீர்ப்பு அளித்த கொடுமை!

தொழிலாளருக்கு கொடுக்கவேண்டிய சம்பளப் பணத்தை தொழிலாளர் தலைவர்கள் கொள்ளை கொண்டுபோனதாக குற்றச்சாட்டு, மானேஜரைக் கொன்றதாக குற்றச்சாட்டு முழுப்பொய் என்று உலக முழுவதுமுள்ள தொழிற்சங்க இயக்கம் அமெரிக்க ஏகாதிபத்திய அரசினருக்கு இடித்துக் காட்டிற்று. அப்படி இருந்தும் அமெரிக்க ஏகாதிபத்தியம் இவ்விரு தொழிலாளர் தலைவர்கள் உயிர்களைக் குடித்தது.

1927ஆம் ஆண்டில் மார்ச்சில் டெல்லியில் நடைபெற்ற ஏ.ஐ.டி.யூ.சி. அகில இந்திய மாநாட்டின் திறப்புவிழாவை ஆற்ற வந்திருந்த பிரிட்டிஷ் பிரபல கம்யூனிஸ்ட் தலைவர் தோழர் சக்லவத்வாலாவை சென்னை மாநகருக்கு வரவழைத்து, 5 கூட்டங்களை ம.வெ. சிங்காரவேலு நடத்தி இருப்பது போற்றத்தக்கதாகும். ஒரு கூட்டம் காங்கிரஸ் தலைவர் சத்யமூர்த்தி தலைமையில் திருவல்லிக்கேணி கடற்கரையில் பொதுக்கூட்டம்.

2. சென்னை கார்ப்பரேஷன், ம.வெ. சிங்காரவேலு தோழர் சக்லத்வாலாவிற்கு வரவேற்பு பத்திரம் வாசித்துக் கொடுக்குமாறு கொண்டுவந்த தீர்மானத்தை நிறைவேற்றியது, வரவேற்பு பத்திரமும் வாசித்தளித்தது. இதற்கு பதில் கூறிய சக்லத்வாலா, பாராளுமன்ற உறுப்பினரைவிட கார்ப்பரேஷன் உறுப்பினர் அன்றாடம் மக்கள் பிரச்சினையில் கார்ப்பரேஷன் அரும்பணி ஆற்றுமாறு செய்வதே பெரிய காரியமென்றார்.

3. சென்னை தொழிலாளர் சங்க அணிவகுப்பில் சக்லத்வாலா பேசினார். திரு.வி.க., ம.வெ. சிங்காரவேலு சக்லத்வாலா ஆங்கிலப் பேச்சை தமிழாக்கம் செய்தனர்.

4. வாலிபர்-மாணவர் கூட்டத்தில் பேசினார்.

5. கோகலே ஹால் கூட்டத்தில் பேசினார்.

1927இல் மே தினத்தில் சென்னை தொழிற்சங்கவாதிகளுக்கு ம.வெ. சிங்காரவேலு தன் இல்லத்தில் விருந்தளித்தார்.

1927 பிப்ரவரியில் வங்க நாகபுரி இரயில்வேயில் நடைபெற்ற வேலைநிறுத்தக் கூட்டங்களில் ம.வெ. சிங்காரவேலு ஆவேசமாகப் பேசி தொழிலாளர்களுக்கு உணர்ச்சி, உற்சாக எழுச்சியை ஊட்டியதை தொழிற்சங்க தலைவர்கள் பெரிதும் பாராட்டினர்.

1927ஆம் ஆண்டில் சென்னை மண்ணெண்ணெய்த் தொழிலாளர் வேலைநிறுத்தத்தை ம.வெ. சிங்காரவேலு தலைமை வகித்து நடத்தினார். "எண்ணெய் தீப்பற்றி எரியும் வாலாட்டாதீர்" என்று திமிர்பிடித்த வெள்ளை எண்ணெய்க் கம்பெனி நிர்வாகிகள் மிரட்டினர். ம.வெ. சிங்காரவேலுவை, "தொழிலாள வர்க்க உணர்ச்சி அதைவிட தீப்பற்றி எரியும், வாலாட்டாதே! ஒட்ட அறுத்துவிடுவோம்" என்று ம.வெ. சிங்காரவேலு திமிர்பிடித்த வெள்ளை அதிகாரிகட்கு இடித்துக் காட்டினார்.

வெள்ளை கவர்னரைக் கலந்து, வெள்ளை எண்ணெய்க் கம்பெனி அதிகாரிகள், போலீஸ் தொழிலாளர்கள் மீது துப்பாக்கிச் சூட்டை நடத்துமாறு செய்தனர். நியாயமான ஆத்திரமடைந்த தொழிலாளர், பெட்ரோல் வாகனுக்கு தீ வைத்தனர்.

தொழிலாளர் பயப்படவேண்டாம், தொழிலாளர் மீது வழக்கு போலீஸ் தொடுப்பதை எதிர்த்து போராடுவேன் என்று ம.வெ. சிங்காரவேலு பம்பாயில் கூடிய அகில இந்திய காங்கிரஸ் கமிட்டிக்கு வெள்ளை நிர்வாகமும் வெள்ளை ஆட்சியும் தொழிலாளரை அடக்கி வருவதை விளக்கி தொழிலாளருக்கு பேராதரவு நல்குமாறு வேண்டுகோள் கொடுத்தார். அகில இந்திய காங்கிரஸ் கமிட்டி உதவ முன்வந்தது. சென்னையில் தொழிலாளரும், தொழிலாளர் தலைவர்களும் எண்ணெய் தொழிலாளருக்கு உதவினர்.

1928ஆம் ஆண்டில் தோழர் ம.வெ. சிங்காரவேலு ஜாம்ஷெட்பூரின் டாட்டாவின் இரும்பு எஃகு தொழிற்சாலையில் நடைபெற்ற வேலைநிறுத்தத்திற்கு தலைமை தாங்கினார். வங்காளத்தைச் சேர்ந்த முகுந்தலால் சர்க்கார் தோழர்

ம.வெ. சி.யுடன் சேர்ந்து தலைமை தாங்கினார். தென் இந்தியாவில், தென் இந்திய ரயில்வே தொழிலாளர் சங்கம், வெள்ளை இரயில்வே நிர்வாகம் எஸ்.ஐ.ஆரில் 5000 தொழிலாளர்களை ஆட்குறைப்பு செய்ய முன்வந்ததை எதிர்த்து போர்க்கொடியேந்தி பொது வேலைநிறுத்தம் செய்த செய்தியை அறிந்து தலைவர்கள் ம.வெ. சிங்காரவேலு, முகுந்தலால் சர்க்கார் தென்னகம் ஓடோடி வந்து தென் இந்திய ரெயில்வே தொழிலாளர் பொது வேலைநிறுத்தத்தை தொழிலாளர் தலைவர் டி. கிருஷ்ணசாமியுடன் சேர்ந்து கூட்டாக தலைமை வகித்து 10 நாட்கள் தென்னாட்டையே குலுக்கும் முறையில் தீவிரமாக பொது வேலைநிறுத்தத்தை சகலருடைய ஆதரவோடு பொதுமக்கள், சகோதர தொழிலாளர்கள், சர்வ கட்சிகள் வெள்ளை ஜெனரல் மானேஜர் ரோத்ராவை எதிர்த்து நடத்தினர்.

பிரிட்டிஷ் ஆட்சியாளர் தலைவர்கள் ம.வெ. சிங்காரவேலு, முகுந்தலால் சர்க்கார், டி. கிருஷ்ணசாமி பூரா ஸ்டைரக் கமிட்டியில் இருந்தவர்கள் அனைவரையும் கைதுசெய்து, தென் இந்திய ரெயில்வே தொழிலாளர் சதிவழக்கை திருச்சி செஷன்ஸ் கோர்ட்டில் நடத்தினர்.

வெள்ளை கவர்னர் வெலிங்டன் ம.வெ. சிங்காரவேலு முதலிய சகல தலைவர்களுக்கும் நீண்டகால தண்டனையை அளிக்குமாறு செஷன்ஸ் நீதிபதி லட்சுமணராவிற்கு இரகசிய கடிதம் அனுப்பினான்.

நீதிபதி லட்சுமணராவ் ம.வெ. சிங்காரவேலு, முகுந்தலால் சர்க்கார், டி. கிருஷ்ணசாமி முதலியோருக்கு தலா 10 ஆண்டுகால கடுங்காவல் தண்டனை அளித்தவுடன், கவர்னர் வெலிங்டன் லட்சுமணராவைச் சென்னை உயர்நீதிபதியாக நியமித்தான். இந்த ரெயில்வே பொதுவேலைநிறுத்தம் 10 நாட்களுக்கு பிறகு நிறுத்தப்பட்டது. நூற்றுக்கணக்கான இரயில்வே தொழிலாளர் கைது. தண்டிக்கப்பட்டனர். துப்பாக்கிச் சூடுகளும் ஸ்டிரைக் காலத்தில் ஆட்சியாளரால் நடத்தப்பட்ட கொடுமை.

தென்இந்திய ரெயில்வேயில் 5000 தொழிலாளர்கள் ஆட்குறைப்பு செய்யப்பட்டனர். நூற்றுக்கணக்கில் பழிவாங்கப்பட்ட கொடுமை! அப்பீலில் தலைவர்கள் தண்டனை குறைந்தது.

தோழர் ம. வெ. சிங்காரவேலு சென்னை சிறையில் இருந்து 1930இல் விடுதலையானார். அவர் விடுதலையான சென்னை சிறையில், காந்திஜியின் காங்கிரஸ் சட்டமறுப்பு போரில் தண்டனை அடைந்து வந்த காங்கிரஸ்காரர்கள் சென்னை சிறையில் பலர் இருந்தனர்.

சென்னை சிறையில் ம.வெ. சிங்காரவேலு இருந்த காலை, காங்கிரஸ் தலைவர் திருச்சி டி.எஸ்.எஸ். ராஜன் சிங்காரவேலருடன் பேசாதீர்கள்-கம்யூனிஸ்டாக்கிவிடுவார் என்று காங்கிரஸ் அரசியல் கைதிகளை சென்னை சிறையில் அவர் இருந்த காலை எச்சரித்து வந்தார். இதையும் மீறி ஜமதக்னி போன்ற காங்கிரஸ்காரர் ம.வெ. சிங்காரவேலு அவர்களின் போதனைகளைக் கேட்டு கம்யூனிஸ்ட் கொள்கையில் பற்றுகொண்டு விடுதலையாகி வந்த பின்னர் கம்யூனிஸ்ட் கட்சியில் சேர்ந்தனர்.

1931ஆம் ஆண்டு சுயமரியாதை இயக்க தலைவர் பெரியார் ராமசாமி அவர்கள் சென்னையில் ம.வெ. சிங்காரவேலரை அவர் இல்லத்தில் கண்டு உரையாடி ம.வெ. சிங்காரவேலரை 'குடியரசு' பத்திரிகையில் ஜாதிகள், மதங்கள், கடவுள்கள், மூடப்பழக்க வழக்கங்களைச் சாடி கட்டுரைகளும், சோஷலிசம், கம்யூனிசம் பற்றி கட்டுரைகளும் எழுதிவரும்படி வேண்டிக்கொண்டார். ம.வெ. சிங்காரவேலு பெரியார் வேண்டுகோளுக்கிணங்க 1931ஆம் ஆண்டு முதல் 1935ஆம் ஆண்டு வரை எண்ணற்ற கட்டுரைகளை குடியரசில் எழுதியுள்ளார்.

"கடவுளும் பிரபஞ்சமும்" என்று ம.வெ. சிங்காரவேலர் 'குடியரசில்' எழுதிய கட்டுரைகள்மீது எண்ணற்ற சந்தேகங்களை, கேள்விகளை, 'குடியரசு' பத்திரிகையைத் தொடர்ந்து வாசித்து வந்த எண்ணற்ற வாசகர்கள் ம.வெ. சிங்காரவேலனாருக்கு நேரே கடிதம் எழுதி கேட்டவற்றிற்கு ம.வெ. சிங்காரவேலு 'குடியரசு' மூலம் தெளிவான விளக்கங்கள், பதில்கள் எழுதியுள்ளார்.

'குடியரசில்' தோழர் ம.வெ. சிங்காரவேலு கடவுளும் பிரபஞ்சமும் என்ற தலைப்பில் எழுதிய 7 கட்டுரைகளும், கடவுளும் பிரபஞ்சமும் என்ற தலைப்பில் 45 ஆண்டுகளுக்கு முன்னர் புத்தக வடிவில் வெளிவந்துள்ளது. கேள்விகள்-சந்தேகங்களுக்கு ம.வெ. சிங்காரவேலு குடியரசில் எழுதிய

கட்டுரைகள் 'மெஞ்ஞானமும் மூடநம்பிக்கைகளும்' என்ற தலைப்பில் முதல் பாகம் இரண்டாம் பாகம் ஆக 2 புத்தகங்களை பகுத்தறிவு நூற்பதிப்பு கழக தோழர் அ. இராகவன் நல்லமுறையில் வெளியிட்டிருப்பது குறிப்பிடத்தக்கது.

இம்மூன்று புத்தகங்களை தமிழ்நாட்டிலும் இந்தியாவின் பல பாகங்களிலும் தமிழர் குடியேறி இருந்த சுமத்ரா, ஜாவா, போர்னியா, மலேயா, பினாங்கு, சிங்கப்பூர், பிலிப்பைன்ஸ், தென் ஆப்பிரிக்கா, அமெரிக்கா, பிரிட்டன் முதலிய நாடுகளிலிருந்து பகுத்தறிவுவாதிகளும் சுயமரியாதைக்காரார்களும் வாங்கி வாசித்து கம்யூனிஸ்ட் தலைவர் ம.வெ. சிங்காரவேலு அவர்களை வாயார வாழ்த்தினர்; மனமாரப் போற்றிப் புகழ்ந்தனர். தோழர் ம.வெ. சிங்காரவேலரின் விஷயதானங்கள் அனைவருக்கும் எளிதில் கிடைக்கும்படிச்செய்த பெரியார் ஈ.வெ.ரா.வை பெரிதும் வாழ்த்தினர்.

1933ஆம் ஆண்டில் குத்தூசி குருசாமி அவர்களும் ப. ஜீவானந்தம் அவர்களும் ம.வெ. சிங்காரவேலரை சென்னை மாநகரில் நடைபெற இருக்கும் நாத்திக மாநாட்டிற்கு தலைமை தாங்குமாறு வேண்டியதை ஏற்று நாத்திக மாநாட்டிற்கு தலைமைதாங்கி தலைமை உரையில் மிகப் பிரமாதமாக பேசி இருப்பது இன்று நியூசெஞ்சுரி புக்ஹவுஸில் விற்பனைக்கு கிடைப்பதை பகுத்தறிவாளர் முதல் சகலரும் வாங்கி படித்தறியவும்.

86வது வயதில் 11-2-1946இல் ம.வெ. சிங்காரவேலு இயற்கை எய்தினார்.

12 2-1946இல் அவர் அடக்கம் செய்யப்பட்ட சுடுகாட்டில் கே. முருகேசன் தலைமையில் தலைவர் தோழர் ஏ.எஸ்.கே. சிங்காரவேலு ஆற்றிச் சென்றுள்ள எண்ணற்ற அரும்பணிகளை விளக்கிக் கூறி அஞ்சலி செலுத்தினார்.

சென்னை மாநகரிலிருந்த ஏ.ஐ.டி.யு.சி. தொழிற்சங்கங்களிலிருந்து பி. அன் சி. தொழிலாளி தலைவர் எம். அர்ஜுனன், தோழர் கே. முருகேசன் தலைமையில் செந்தொண்டர்கள் மறைந்த தலைவருக்கு செவ்வணக்கம்-புரட்சி வணக்கம் செலுத்தியது குறிப்பிடத்தக்கது.

– நாகை கே. முருகேசன்

13

சிங்காரவேலர் காட்டும் வழி

'நான் மொழிவழி தமிழன்; நாட்டு வழி இந்தியன்; இனவழி மனிதன்.' இது என்னைப்பற்றி நானே வரைந்து கொண்டுள்ள படம். இவ்வுணர்வுகளே என் வாழ்க்கை உந்தங்கள்.

நான் மொழிவழி தமிழன் என்னும்போது பெருமிதங்கொள்கிறேன்; அதேவேளை வெட்கமும்படுகிறேன்.

பெருமிதம் எதனால்?

'பிறப்பொக்கும் எல்லா உயிர்க்கும்' என்னும் சமத்துவ நெறியை ஈராயிரம் ஆண்டுகளுக்கு முன்னரே தந்ததால் பெருமை. இந்நூற்றாண்டில் அதிகம் பேசப்படும் ஓருலகக் கோட்பாட்டை பல நூற்றாண்டுகளுக்கு முன்பே அறிவித்த சிறப்பு பெரிதல்லவா?

'யாதும் ஊரே யாவரும் கேளிர்' என்று அப்போதே சொன்ன பூங்குன்றன் தமிழன். இப்படியே உயர் எண்ணங்களின் முன்னோடியாக விளங்கிய தமிழர்களின் திருக்கூட்டத்தான் நான் என்று உணரும்போது, என்னை அறியாமலே தலை நிமிர்ந்துவிடுகிறது.

எதுபற்றி வெட்கப்படுகிறேன்?

'ஆயிரம் உண்டிங்கு சாதி' என்ற அவலத்தைக் கண்டு வெட்கப்படுகிறேன். இருக்கிற நோய் நிலையை அப்பட்டமாகக் காட்டும் அதுவே வாழ்க்கை முறையாகிவிடலாமா? கூடாது. சாதிக் கலைப்பிலே முனைப்பு காட்டாத படித்த தமிழன்-குறள் கற்ற தமிழன்-ஒன்று புரட்டன்; இல்லை கோழை.

புரட்டனின் உறவானாலும் வெட்கம்; கோழையின் உறவானாலும் இழிவே.

'யாவரும் கேளிர்' என்பதற்கு மணிக்கணக்காக விரிவுரை கூறிவிட்டு, 'நாங்கள் வேறு; அவர்கள் வேறு' என்று காதோடு கூறும் மக்கள் இன்று செறிந்திருப்பதை நினைத்து வெட்கித் தலைகுனிகிறேன்.

மழைவளத்தில் செழிக்கவேண்டிய பயிர் அழுகிப்போகுமானால் அது மழையின் குற்றமா? பயிரின் தாக்குப் பிடிக்கமுடியாத தன்மையா? ஆய்ந்து பார்க்கவேண்டாமா?

வள்ளுவர் சொன்னாலும்-கடவுள் வாழ்த்தை துணைக்கு வைத்துக்கொண்டு சொன்னபோதிலும் நாம் ஒரு காதில் வாங்கி மறுகாதில் விட்டுவிட்டு இனத் தற்கொலையில் மூழ்குவதும் தொடர்வதும் வள்ளுவர் குற்றமாகாது.

'சமரச சன்மார்க்கத்தில்' நின்று சாதிச் சழக்குகளைவிடச் சொன்னாரே வள்ளலார்-கேட்டார்களா இறை நம்பிக்கையாளர்கள்? பின்பற்றினார்களா ஒரு சாதிக் கொள்கையை.

அதேபோல் பெரியார் கொள்கைகளை நாம் பின்பற்றாததற்கும், சிங்காரவேலரின் கருத்துகளைச் சொல்லாததற்கும் நம்முடைய சோம்பல், சமுதாயப் பொறுப்பின்மை-வயிறே எல்லாம் என்னும் நாய்ப்போக்கு-ஆகியவைகளே காரணம் ஆகும்.

பெரியாரைப் போன்ற ஒரு தலைவர்-ஒரு பெருந்தொண்டர்-தொண்டில் பழுத்த பழம் வங்காளிகளுக்குக் கிடைத்திருந்தால், இந்தியா சமதர்ம நாடாகியிருக்கும்.

சிங்காரவேலரைப் போன்ற ஒரு பல்துறை முன்னோடி தமிழ் மக்களிடையே பிறவாது வேறு மக்களிடம் பிறந்திருந்தால் கல்வி நிலையங்களில் அவரது எழுத்துகளே ஆயப்படும்.

1860 பிப்ரவரி 18ஆம் நாள் சிங்காரவேலர் சென்னையில் பிறந்தார்; மேல் நடுத்தரக் குடும்பத்தில் பிறந்தார் எனலாம்.

இந்திய நாடு பின்பற்றி வரும் அநீதி முறையின்படி, அவர் பிறவியில் சமுதாயத்தின் நாலாந்தர மனிதர். அவரோ படிப்பில், சிந்தனையில், பொதுத்தொண்டில், கலைச் செல்வங்களைத் தாய்த் தமிழில் தருவதில் முதல்தரமானவராக விளங்கினார்.

சிங்காரவேலரின் பிள்ளைப்பருவ காலத்தில் இந்தியப் பொதுமக்கள் தொடக்கக்கல்வி பெறுவதில்கூட ஆர்வம் காட்டியதில்லை. ஆனால் சிங்காரவேலரோ, உயர்நிலைக் கல்வியோடும் நிற்கவில்லை. சென்னை மாநிலக் கல்லூரியில் சேர்ந்து படித்து பட்டம் பெற்றார், வழக்கறிஞர் தொழிலுக்கு படித்துத் தேறினார்.

கல்வியை மறந்திருந்த நமக்கு, சிங்காரவேலர் விடிவெள்ளியாக வந்தார். தேர்வுக்கு அப்பால் படிப்பானேன் என்று திரிந்தாரா சிங்காரவேலர், இல்லை. வாழ்நாள் முழுவதும் கற்றபடியே இருந்தார்.

விளக்கிடம் எதை எதிர்பார்க்கவேண்டும்? ஒளியை எதிர்பார்க்கவேண்டும். கற்றவரிடம் எதை எதிர்பார்க்க நியாயமுண்டு? பிறருக்கு ஒளிகொடுத்தலை - பிறரின் துன்பங்களைத் தனது துன்பமாகக்கொள்ளும் நல்ல மனிதாபிமான போக்கை விழைய நியாயம் உண்டு.

சிங்காரவேலர் மேற்கூறிய இலக்கணத்திற்கு இலக்கியமாக வாழ்ந்தார்.

அவரது நீண்ட நெடிய வாழ்க்கை எத்தகையது? பொதுத்தொண்டு - போராட்டம் - கிளர்ச்சி - படிப்பு - மேலும் படிப்பு - இலக்கியப் படைப்பு - இப்படிச் சிறப்புடையது.

கல்வி, கேள்வி, சிந்தனை ஆகியவற்றில் முதிர்ந்த சிங்காரவேலர்-தொடக்கத்தில் அரசியல் தொண்டினில் குதித்தார், இந்திய தேசிய விடுதலை இயக்கத்தில் சேர்ந்து பாடுபட்டார்; மக்களைத் தட்டி எழுப்பினார். அரசியல் விடுதலை வேட்கையை மக்களிடையே வளர்த்ததில் சிங்காரவேலருக்கும் நல்ல பங்கு உண்டு.

வ.உ. சிதம்பரம் போன்ற முன்னோடிகளின் தோழரான சிங்காரவேலர், முதலில் திலகரின் தீவிரவாத அணியில் இயங்கினார். காங்கிரசு காந்தியடிகளின் தலைமைக்கு வந்தபோது சிங்காரவேலர், காந்தியத் திட்டங்களை நடைமுறைப்படுத்தினார். வழக்குமன்றங்களைப் புறக்கணிக்கக் கட்டளையிட்டார் அண்ணல் காந்தி. சிங்காரவேலர் உடனே பின்பற்றினார். அரசியலுக்கும் குடியானவர், தொழிலாளர் இயக்கத்தை வளர்ப்பதற்கும் தன்னை முழுமையாக ஈடுபடுத்திக்கொண்டார்.

உண்மையான தன்னல மறுப்போடு பொதுத்தொண்டு ஆற்றும் ஒருவர், அவ்வப்போது தன் மதிப்பீட்டில் ஈடுபட வேண்டும். அத்தகைய தன் மதிப்பீடு தனது இயக்கத்தை

மதிப்பிடுவதாகவும் இருத்தல் தேவை. சிங்காரவேலர் அத்தகைய மதிப்பீட்டில் ஈடுபட்டார்.

அதற்கு முன்னரே, கார்ல்மார்க்ஸின் சிந்தனையால் ஈர்க்கப்பட்டு பொதுவுடைமைக் கோட்பாட்டை ஏற்றுக்கொண்ட சிங்காரவேலருக்கு, காந்தியடிகளின் சுயராஜ்யத்தின் உள்ளடக்கம் எதுவாக இருக்கவேண்டும் என்பது தெளிவாகப் புலனாயிற்று. அதன் அடிப்படையில் காந்தியாருக்கு 1921 மே திங்களில் ஓர் கடிதம் எழுதினார்.

வரவிருக்கும் இந்திய சுயராஜ்யத்தில் நிலமும் கேந்திரமான தொழில்களும், சமுதாயத்தின் மொத்த நலனுக்கு பொதுவில் வைத்து நடத்தப்படும்; தான் உழ இயலாத துண்டு நிலமோ, தான் வேலை செய்ய இயலாத தொழிற்கூடமோ, குடியிருக்காத வீடோ எந்த தனி ஆளுக்கும் சொந்தமாயிராது என்று தெளிவாகவும் திட்டவட்டமாகவும் அறிவிக்கும்படி, காந்தியாரை வேண்டிக்கொண்டார்.

இங்கே மற்றோர் நிகழ்ச்சியை நினைவுபடுத்தவேண்டும். 1920ஆம் ஆண்டு இந்திய தேசிய காங்கிரசின் மாநாடு நாகபுரியில் நடந்தது.

அதில் கலந்துகொள்ளும் பொருட்டு பிரிட்டனிலிருந்து தொழிற்கட்சியின் தூதுக்குழு ஒன்று வந்தது. அதன் தலைவர் கர்னல் வெட்ஜ்வுட் என்பவராவார். அவருக்கு சிங்காரவேலர் தந்தியொன்று அனுப்பினார்.

'இந்திய தொழிலாளிகள், தொழிற்கூடங்கள் சமுதாயக் கட்டுப்பாட்டில் இருப்பதையும் நிலம் நாட்டுடமையாவதையும் கோருகிறார்களே ஒழிய இலாபத்தில் பங்கு, ஊதிய உயர்வு போன்ற கண்துடைப்புகளை விரும்பவில்லை' என்று அத்தந்தி சொல்லிற்று.

இந்தியப் பொதுவாழ்க்கையில் தியாகங்கள் பல புரிந்த, இன்னல்கள் பல ஏற்ற நாட்டுப்பற்றாளர் முன்பும்-சிந்திக்கத் துணிந்த பொதுமக்கள் முன்பும்-அறுபத்தைந்து ஆண்டுகளுக்கு முன்பே சமதர்மத்தை மீண்டும் மீண்டும் எடுத்து வைத்த முன்னோடி சிங்காரவேலர்.

தென்னிந்தியாவின் முதல் பொதுவுடைமைவாதி சிங்காரவேலர் ஆவார். அனைத்திந்திய பொதுவுடைமைக் கட்சியை நிறுவியவர்களில்

ஒருவர் சிங்காரவேலர். கான்பூரில் நடந்த அனைத்திந்திய பொதுவுடைமை மாநாட்டின் தலைவர் சிங்காரவேலர். கான்பூர் சதி வழக்கில் குற்றஞ்சாட்டப்பட்டவர்களில் ஒருவர் சிங்காரவேலர்.

மே தினத்தைக் கொண்டாடும் பழக்கத்தை தமிழருக்குக் கற்றுத்தந்தவர் சிங்காரவேலரே. 1923இல் தானே முன்னின்று இந்நாளைக் கொண்டாடினார்.

சென்னையிலும், அவ்வப்போது பிறநகரங்களிலும் தொழிலாளர் இயக்கம் சிங்காரவேலரின் ஆர்வமிக்க உண்மை உழைப்பால் வளர்ந்தது.

1927இல் கரக்பூரில் நடந்த இரயில்வே தொழிலாளர் வேலைநிறுத்தத்திற்குத் தலைமைதாங்கி நடத்தியவர் சிங்காரவேலர். அடுத்த 1928ஆம் ஆண்டு சென்னை மாகாணத்தில் நடந்த தென்னிந்திய இரயில்வே தொழிலாளர் வேலைநிறுத்தத்தை முன்னின்று நடத்தினார். அதற்காக முகுந்தலால் சர்க்கார், கிருஷ்ணசாமி (பிள்ளை) ஆகிய தோழர்களோடு சிறைத்தண்டனை பெற்றார்.

அமைப்பு முறைப்படி சுயமரியாதை இயக்கம் 1931 ஆகஸ்டில் நடந்த விருதுநகர் மாநாட்டில் சமதர்மத்தை இலட்சியமாக ஏற்றுக்கொண்டது. அதற்கு பிறகே பெரியார் சோவியத்நாடு சென்றுவந்தார். தாய்நாடு திரும்பிய சூட்டோடு, இயக்கத்தின் ஊழியர்களைக் கூட்டினார். அத்தனை கூட்டத்திற்கும் தோழர் சிங்காரவேலரை அழைத்தார்.

எதனால்? தோழர் சிங்காரவேலர் ஏற்கெனவே சில ஆண்டுகளாக, ‘குடிஅரசு’ வாயிலாக சமதர்ம முற்போக்குக் கருத்துகளை எழுதி பரப்பிவந்தார்.

பெரியாரும், சிங்காரவேலரும், சுயமரியாதை இயக்கச் செயல்வீரர்களும் சேர்ந்து உருவாக்கியது ‘சுயமரியாதைச் சமதர்ம திட்டம்’ ஆகும்.

உலக சமதர்ம திட்டம் என்ன? உற்பத்திச் சாதனங்கள், போக்குவரவுச் சாதனங்கள், வங்கிகள் ஆகியவை

பொதுஉடைமையாதல் ஆகும். அப்பகுதி அப்படியே ஈரோட்டுத் திட்டத்தில் சேர்க்கப்பட்டது.

உலகில் பிறநாடுகளில் இல்லாத கொடுமை இங்கு உண்டல்லவா? பிறவி பற்றி மேலோர் கீழோர் என்று நடத்தும் முறை இந்தியாவில் நடந்துகொண்டிருக்கிறது, சுயமரியாதைச் சமதர்மத்திட்டம் அதை ஒப்புக்கொள்ள மறுக்கிறது.

சுயமரியாதை சமதர்ம திட்டம் தமிழகமெங்கும் காட்டுத் தீபோல் பரவிற்று. நூற்றுக்கு மேற்பட்ட ஊர்களில் 'சுயமரியாதை சமதர்ம சங்கங்கள்' தோன்றி செயல்பட்டன. சிறிய பெரிய மாநாடுகள் நடந்தன.

'பெரிய தேசிய தலைவர்களும் தேசிய இதழ்களும் வளர்க்காத அளவு ஈவெராவும் அவரது இயக்கமும் சமதர்மக் கொள்கைளைப் பரப்பியுள்ளது' என்று சிங்காரவேலர் மகிழ்ந்து எழுதினார்.

சிங்காரவேலர் ஓயாத எழுத்தாளர். தொடக்கத்தில் இந்து, சுதேசமித்திரன், தேசபக்தன், நவசக்தி முதலிய இதழ்களில் 'ஆசிரியர் கடிதங்களும்' கட்டுரைகளையும் எழுதி பொது விவகாரங்களைத் தெளிவுபடுத்தினார். பின்னர் குடிஅரசில் தொடர்ந்து சமதர்மக் கட்டுரைகள் எழுதினார்.

சென்னையிலிருந்து நாகை எ.எஸ். இராமச்சந்திரன் என்பவரால் வெளியான 'புது உலகம்' என்ற மாத இதழுக்கு உயிர் சிங்காரவேலர் என்பது மிகையல்ல. ஜீவானந்தம் முதலியோர் எழுதிய 'புது உலகத்தில்' நானும் சில கட்டுரைகள் எழுத வாய்ப்பு பெற்றேன்.

அடுத்து, 1933ஆம் ஆண்டின் இறுதியில் சென்னையில் நடைபெற்ற நாத்திகர் மாநாட்டிற்கு சிங்காரவேலர் தலைமை ஏற்று வழிகாட்டியதை நினைவு கூர்தல் பொருத்தம். 73 வயதில் வீட்டில் முடங்கிக் கிடக்காமல் நாத்திக மாநாட்டிற்கு தலைமை ஏற்கும் சிங்காரவேலரின் ஆர்வம் போற்றத்தக்கது மட்டுமல்ல; பின்பற்றத்தக்கதுமாகும்.

சிங்காரவேலரோடு நேரில் பழகி, உணர்வு பெற்ற குத்தூசி குருசாமியார் கூறுவதுபோல, 'வானநூல் முதல் நிலநூல் வரையில்-தத்துவநூல் முதல் தாவரநூல் வரையில்-பொதுவுடைமை நூல் முதல் உடற்கூறு நூல்வரையில்' அவர் படித்து அறிந்திருந்த துறைகள் ஒன்றல்ல; இரண்டல்ல; பலப்பல உண்டு. இது உண்மை; வெறும் புகழ்ச்சியல்ல.

சிங்காரவேலர் சொந்தத்தில் வாங்கி வைத்திருந்த அரிய நூல்களின் எண்ணிக்கை இருபதாயிரம் போலாம். அவர் தமிழ், ஆங்கிலம், உருது, இந்தி, ஜெர்மனி, பிரெஞ்சு ஆகிய மொழிகளை அறிந்திருந்தார்.

கற்பாய்; காலமெல்லாம் கற்பாய்; உழைப்பாய்; ஓயாமல் உழைப்பாய்; பொதுநலனுக்குப் பாடுபடுவாய்; சளைக்காமல் பாடுபடுவாய் என்று வழிகாட்டிய முன்னோடி-தமிழராம் சிங்காரவேலர்.

ஆட்சி உரிமை என்கிற வளாகத்தில் சமுதாய சமநிலை ஏற்பட்டு, பொருளியல் சமதர்மம் நடைபெறவேண்டுமென்பதை அறுபத்தைந்து ஆண்டுகளுக்குமுன் எடுத்துக்காட்டிய முதல் தென்னிந்திய பொதுவுடைமைவாதி சிங்காரவேலர். அவர் பிறர் பொருட்டே வாழ்ந்தார்; ஊமையருக்காக வாதாடினார்; எழுதினார்; பாடுபட்டார்.

ஆமையாகக் கிடந்த பாட்டாளிவர்க்கத்திற்குப் பாடுபட்ட சிங்காரவேலர் என்ற நல்லோர், லெனினைப் போலவே பெருங்கல்வியாளராக விளங்கினார்; தோழர்களை படிக்கத் தூண்டினார். சொல்லும் செயலும் ஒன்றாக விளங்கிய தோழர் சிங்காரவேலர் நமக்கு வழிகாட்டியாகட்டும்.

14
செஞ்சுடர் சிங்காரவேலர்

உலகில் பிறக்கும் மக்கள் கோடி கோடி! இறக்கும் மக்களும் ஏராளம். நொடிக்குநொடி பல்லாயிரவர் பிறக்கிறார்கள்; சில ஆயிரவர் இறக்கிறார்கள்.

கோடி கோடி மாந்தர் வேடிக்கை மாந்தர். அவர்களுடைய சிந்தனை தன் பெண்டு, தன் பிள்ளை, தன் வருவாய் இவற்றைச் சுற்றியே சுயலும். அத்தகையோருக்கு சமுதாய நலம், மக்களின் நலம் பற்றி கவலை இராது. சமுதாயமும் மக்கள் இனமும் தங்களுக்காகவே இருப்பதாக அவர்கள் நினைப்பார்கள்.

மனிதப் பதர்களிடையே சில நன்மணிகளைக் காண்கிறோம். அத்தகைய மானிட மணிகளில் ஒருவர் தோழர் ம.வெ. சிங்காரவேலு ஆவார்.

ம.வெ. சிங்காரவேலு கல்லாமைத் தாண்டவமாடிய இந்தியாவில் பிறந்து வளர்ந்தார். பலருக்குக் கிடைக்காத கல்வியைப் பெற்றார். கல்லூரிகளிலும் கற்றார். பி.ஏ. பட்டமும், பி.எல். பட்டமும் பெற்றார்.

அந்நிலையில் அக்கால சராசரி இந்தியர் என்ன செய்திருப்பார்? இவரை அவரைப் பிடித்து பெரிய வேலையைப் பெற்றிருப்பார் அல்லது பெரிய வழக்கறிஞரோடு ஒட்டிக்கொண்டு உயர முயன்றிருப்பார்.

தோழர் சிங்காரவேலு தான் பெற்ற கல்வியை தன்னலத்திற்குப் பயன்படுத்தவில்லை; உலகே அறியப் பயன்படுத்தினார். அவர் உலகில் கண்டது என்ன?

அரசியல் அநீதி, சமுதாயக் கொடுமை, பொருளியல் மோசடி.

மேற்கத்திய நாடுகள் சிலபல நாடுகளைப் பிடித்து அரசாண்டதைக் கண்டார். அன்னிய ஆட்சி அநீதி, அது

அகற்றப்படவேண்டியது. அதற்காக சிற்சில நாடுகளில் அக்காலத்தில் விடுதலை இயக்கங்கள் தோன்றின; போராடின.

சமுதாயத்தின் நிறத்தைக்காட்டி, மொழியைக்காட்டி, இனத்தைக்காட்டி வெவ்வேறு பிரிவாகப் பிரித்துவைத்தல், ஒதுக்கிவைத்தல் கொடுமை. தென்னாப்பிரிக்க இன ஒதுக்கலும், அமெரிக்க இன ஒதுக்கலும் ஒழிக்கப்படவேண்டிய கொடுமைகள், அதேபோல் இந்தியாவில் அட்டகாசஞ் செய்து வந்த சாதி ஏற்றத்தாழ்வுகளும், தீண்டாமையும், நெருங்காமையும், நடவாமையும் ஒழிக்கப்படவேண்டிய சமுதாயக் கொடுமைகள் ஆகும்.

பொருளியல் மோசடி என்ன? இயற்கை பொதுவில் கொடுத்த நீரையும், நிலத்தையும், மலைகளையும், காடுகளையும், சுரங்கங்களையும் பொதுவில் நடத்தி, பயன்படுத்தி எல்லாரையும் வாழவைத்த ஆதிமுறை தொலைந்து பத்தாயிரம் பேர்களோ, லட்சம் பேர்களோ இவற்றை மடக்கிப் போட்டுக்கொண்டிருப்பதைக் கண்டார். சில லட்சம் மக்களின் இன்பத்திற்காக பலகோடி மக்கள் ஓடப்பர் ஆகக்கிடக்கும் நிலை பொருளியல் மோசடி.

இம்மூன்று தீங்குகளும் தொலைக்கப்படவேண்டியவை. இவை மூன்றையும் ஒழிக்கவேண்டுமென்னும் முழுமையான தெளிவுபெற்றவர்கள் எல்லாப் பொதுத் தொண்டர்களும் அல்லர். ஆனால் தோழர் ம.வெ. சிங்காரவேலர் நோக்கு முழுமையாக இருந்தது.

தோழர் ம.வெ. சிங்காரவேலர் பல தமிழ்க்கட்டுரைகளை எழுதினார். 'கடவுளும் பிரபஞ்சமும்' என்னும் நூலின் வழியாக, மனிதன் படைக்கப்பட்டவன் அல்ல. பல இலட்சம் ஆண்டுகளாகப் பரிணமித்து மக்கள் நிலைக்கு வந்துள்ளான் என்னும் விஞ்ஞான விளக்கத்தைத் தமிழ் மக்களுக்கு எட்டவைத்தார். 'சுயராஜ்யம் யாருக்கு?' என்னும் நூலின் வழியாக மக்களுக்கு விழிப்பூட்ட முயன்றார்.

தோழர் ம.வெ. சிங்காரவேலர் முன்னோடி எழுத்தாளர் மட்டுமல்ல; பேச்சாளரும்கூட. இரண்டு ஆற்றல்களையும் மக்கள் தொண்டிற்கு பயன்படுத்தினார். பல்லாண்டு தொண்டாற்றினார்.

இன்னல்களைப் பொருட்படுத்தாது, எப்போது விளையும் என்று அங்கலாய்த்து சோர்வடையாமல், வாழ்நாள் முழுவதும் சமதர்மத்திற்கும் நாத்திகத்திற்கும் தொண்டாற்றினார்.

விளம்பரக் கலையைக் கற்காதவர் தோழர் ம.வெ. சிங்காரவேலர். அதோடு அக்கால தமிழ்மக்கள் செறிக்க முடியாத புரட்சிகரமான, முற்போக்கான கருத்துகளைப் பேசியும் எழுதியும் வந்தார். இவரைப் போன்ற முன்னோடித் தொண்டரை, முற்போக்காளரை பிறநாடுகளோ, இந்தியாவின் பிறபகுதிகளோ பெற்றிருந்தால் இன்னும் அதிகமாகப் பயன்படுத்தி வளர்ந்திருக்கும். வெண்ணெயை வைத்துக்கொண்டு நெய்க்கு அழும் தமிழ்மக்கள் செக்கு மாடுகளாகவே இருந்ததை நினைத்தால் வேதனை பொங்குகிறது.

சுயமரியாதை சமதர்மக் கொள்கைகளையும் சேர்ந்து பரப்ப முயன்று சிலரைத் தியாகிகளாக்கிவிட்டு நிறைவு கொள்வதா அல்லது சாதி ஒழிப்பிலும், மூடநம்பிக்கை ஒழிப்பிலும், கடவுள் நம்பிக்கை ஒழிப்பிலும் மட்டும் அப்போதைக்கு கவனஞ் செலுத்துவதன் மூலம் தன்மான இயக்கம் பட்டுப்போகாதபடி பார்த்துக்கொள்வதா என்னும் கேள்விகள் எழுந்தன.

கடவுள் நம்பிக்கை ஒழிந்தால் தனியுடைமை முறை தகர்ந்துவிடும்; சாதிக் கோபுரம் இடிந்துவிழும். ‘தியாகி’களாகக் காட்டிக்கொள்வது அன்றைக்கு முக்கியமல்ல என்று முடிவுசெய்து அப்போக்கில் தன்மான இயக்கம் இயங்கிற்று.

சமதர்மப் பணிக்குத் திரும்புமுன் சென்னை மாகாணத்தில் காங்கிரசு மந்திரிசபை வந்தது. கட்டாய இந்தி வந்தது ஆளும் வகுப்பிலிருந்து என்பது நினைவிருக்கட்டும். இத்திட்டம் பொதுமக்களின் பிள்ளைகள் ஐந்தாவதோடு படிப்பை முடித்துக்கொள்ளும் நிலையைத் தணித்து இந்தி எதிர்ப்பு கிளர்ச்சி மூண்டது. அவ்வெற்றியின் எழுச்சியின் பரிசாக பெரியாருக்கு நீதிக்கட்சியின் தலைமை வழங்கப்பட்டது. தமிழ்க் குழந்தைகளை நசுக்க வந்த கேடு கண்முன்னே நின்றது. அக்கேட்டை விரட்டுவது உடனடி வேலையாகிவிட்டது. அந்நிலையில் அந்நெருக்கடியில் பெரியார் தொடர்ந்த இந்தி எதிர்ப்புப்போர் சரியான நடவடிக்கையே. அப்போரின் துணை விளைவுகளைக் கணக்கிடுவோம்.

இந்தி திணிக்கப்படாதிருந்தால் இந்தி எதிர்ப்பு முற்றியிராது. தந்தை பெரியார் தோழர் சிங்காரவேலுவோடு சேர்ந்து உருவாக்கிய ஈரோட்டுத் திட்டம் செறிக்கமுடியாத புரட்சிகரமான திட்டம் என்று இராஜாஜியால் வருணிக்கப்பட்ட சுயமரியாதை சமதர்ம திட்டம் இந்தியிலும் வெளியாகி இருக்கும். இந்திய நாடு முழுமையும் வேரூன்றியிருக்கும்; நம் சுயமரியாதை இயக்கம் அனைத்திந்திய இயக்கமாகத் தழைத்திருக்கும். இதற்குள் சாதியொழிந்த, சமயச்சார்பற்ற சமதர்ம இந்தியாவைக் கண்டிருக்கலாம். நிற்க.

தோழர் சிங்காரவேலருடைய முற்போக்கு கருத்துகள் சிலவற்றை அவர் எழுதியதிலிருந்தே தருகிறேன்.

30-4-1933 நாளிட்ட 'குடிஅரசில்' அவ்விதழின் ஒன்பதாம் ஆண்டின் தொடக்கத்தை ஒட்டி 'சமதர்ம விஜயம்' என்னும் தலைப்பில் தோழர் சிங்காரவேலு கட்டுரையொன்று எழுதினார். அதில் அவர்,

'நமது இயக்கப் பத்திரிகையாகிய 'குடிஅரசு' ஒன்பதாம் வயதை அடைந்ததானது நமது நாட்டிற்கு சிறந்த வைபவமாகும்' என்று பாராட்டுகிறார். ஏன் பாராட்டுகிறார்?

'ஒரு காலத்தில் உலகம் முழுமையுமே பரவப்போகின்ற சமதர்ம இயக்கத்தை தமிழ்நாட்டில் இவ்வளவு சிறுகாலத்தில் நாடு முழுமையும் விளங்கச் செய்துவருவது 'குடிஅரசின்' மகத்துவமேயாகும். நமது காலத்தில் இதற்கு இணை இல்லை என்றே சொல்லலாம்.

அக்குடிஅரசு ஆற்றிய சீரிய பணியை சிங்காரவேலுவின் எழுத்தாலேயே மேலும் காட்டுகிறேன்.

எங்கும் பல்லாயிரம் மக்களது அறிவை விசாலப்படுத்தியும் பகுத்தறிவைத் தூண்டியும் மதப்பற்றையும், மத வைராக்கியத்தையும் குறையச்செய்து வந்திருக்கிறது. உயர்தர சீர்திருத்தங்களுக்கெல்லாம் உதவியாக நின்று வருவது நம் குடிஅரசே, மதங்களின் மேல் வைத்துள்ள பற்று குடிஅரசின் கட்டுரைகளால் குறைவுபெற்று வருவதற்கு சந்தேகமில்லை.

'இன்று நமது இயக்கம் தமிழ்நாட்டிற்கு ஒரு பெரும் சண்டமாருதமெனக் கருதும்படி ஆயிற்று. சமதர்மமே தருமம்; மற்றெல்லாம் அதருமம் என்போம். உண்மை! முழு உண்மை!'

26-12-1931இல் நடைபெற்ற சென்னை சுயமரியாதை மாநாட்டுத் திறப்பு சொற்பொழிவில் சாதியைப்பற்றி தோழர் சிங்காரவேலு கூறியதைப் படியுங்கள்!

'அறியாமை நிறைந்த காலத்தில் தோன்றிய மதங்களைக் கொண்டு, சிலர் பெரும்பான்மையோரை மூடத்தனத்தில் வைத்து அவர்களை ஆண்டு வருவதைப்போல் சாதி என்ற கற்பனைகளைக்கொண்டு ஒருவனுக்கு ஒருவன் உயர்ந்தவன் எனப் பல வேற்றுமைகள் உண்டாக்கி, அந்த வேற்றுமை காரணமாக சிலர் மாத்திரம் கஷ்டமில்லாத வேலையைச் செய்யவும், பலர் கஷ்டமிகுந்த வேலையைச் செய்யவும் ஏற்படுத்தி அவனவன் அந்தந்த வேலையிலேயே இருந்துவரவேண்டுமென்று சட்டதிட்டங்களையும் உண்டாக்கி கஷ்டப்பட்டு வரும் பாமர மக்களை ஆண்டுவருவதும் ஒரு சூழ்ச்சியே.

சாதி இந்தியாவில் முளைத்த ஒரு கற்பனை என்றே கூறவேண்டும். இது சுத்தமாக இந்தியாவில் மாத்திரம் ஏற்பட்ட கற்பனையாகும்.

'பாமர மக்களுக்குச் சுடரொளியாக உங்கள் இயக்கம் வந்துள்ளதாக எண்ணுகிறேன். இந்த ஆயிரம் தலையுடைய விஷப்பாம்பை (சாதியை) நசுக்கவேண்டும். உங்களால் ஆகாவிட்டால் உலகிற்கு இனி எந்த நம்பிக்கையுங்கிடையா.' சிங்காரவேலர் நம்பால் வைத்திருந்த நம்பிக்கைக்குப் பழுதுவராதபடி நடந்துகொள்வது நம் தலையாய கடமை.

'கடவுள்' என்னும் சொல் ஓர் கற்பனை என்று விளக்கிய தோழர் சிங்காரவேலு,

'தன் இனத்தைக் கொன்று களவாடும் மிருகங்களைப் பார்த்துமறியோம்; கேட்டுமறியோம். ஆனால் கடவுள் பக்தர்களிடையே இச்சமூகக் குற்றங்களைப் பார்க்கிறோம்' என்று 31-12-1933இல் சென்னையில் நடைபெற்ற நாத்திகர் மாநாட்டில் சுட்டிக்காட்டினார். நாத்திகர்கள் இதுவரை அடைந்த வெற்றியோடு நிறைவு கொள்ளக்கூடாது என்று விழிப்பூட்டினார்.

உலகம் உய்தற்கு அடிப்படையாக உள்ள பகுத்தறியும் மனப்பான்மையை பாமரர்களுக்குள் பரவச் செய்தலென அறிக.

இந்த பகுத்தறிவை உபயோகிப்பீர்களானால் சமதர்மமே அதாவது மதமற்ற, சாதி வேற்றுமையற்ற, பொருளாதார வேற்றுமையற்ற தருமமே நமது நாட்டையும் மற்ற நாடுகளையும் காப்பாற்ற வல்ல இயக்கமாகும் என்பது தோழர் சிங்காரவேலுவின் முடிவு. இதை நாம் உணர்வோமாக. உணர்த்துவோமாக.